பிரம்மாண்டமும் ஒச்சமும்

பிரம்மாண்டமும் ஓச்சமும்
(சி. சு. செல்லப்பா படைப்புலகம்)

இந்நூல் சி. சு. செல்லப்பா பற்றிய நினைவுகள் மற்றும் மதிப்பீடுகளின் தொகுப்பு. 2003 மே மாதம் காலச்சுவடு அறக்கட்டளையும் சேலம் 'வயல்' அமைப்பும் இணைந்து நடத்திய கருத்தரங்கில் வாசிக்கப்பட்ட கட்டுரைகள் இவை. செல்லப்பா பற்றிய ஏக்கங்கள் முதல் கறாரான விமர்சனங்கள் வரை பல பார்வைகளை இத்தொகுப்பு வெளிப்படுத்துகிறது.

பிரம்மாண்டமும் ஒச்சமும்
(சி. சு. செல்லப்பா படைப்புலகம்)

தொகுப்பாசிரியர்
பெருமாள்முருகன்

காலச்சுவடு பதிப்பகம்

● *அன்பார்ந்த வாசகருக்கு,*

வணக்கம்.

காலச்சுவடு நூலை வாங்கியமைக்கு நன்றி.

நூலின் உள்ளடக்கம், உருவாக்கம், அட்டைப்படம் இன்ன பிற அம்சங்கள் பற்றிய உங்கள் கருத்துகளையும் ஆலோசனைகளையும் காலச்சுவடு வரவேற்கிறது. தகவல், எழுத்து, வாக்கியப் பிழைகள் தென்பட்டால் கட்டாயம் தெரிவித்து உதவுங்கள். நூல் தயாரிப்பில் கடும் குறைபாடு இருப்பின் மாற்றுப் பிரதி உங்களுக்குக் கிடைக்கக் காலச்சுவடு ஏற்பாடு செய்யும்.

மின்னஞ்சல்: *publisher@kalachuvadu.com*

காலச்சுவடு நாகர்கோவில் தலைமையகத்துக்கும் கடிதம் அனுப்பலாம்.

தங்கள்
எஸ்.ஆர். சுந்தரம் (கண்ணன்)
பதிப்பாளர் — நிர்வாக இயக்குநர்

பிரம்மாண்டமும் ஒச்சமும் ♦ கட்டுரைகள் ♦ தொகுப்பாசிரியர்: பெருமாள் முருகன் ♦ © கட்டுரையாளர்களுக்கு ♦ முதல் பதிப்பு: டிசம்பர் 2004, இரண்டாம் பதிப்பு: ஆகஸ்ட் 2023 ♦ வெளியீடு: காலச்சுவடு பதிப்பகம், 669 கே. பி. சாலை, நாகர்கோவில் 629 001

prammaaNTamum occamum ♦ Articles ♦ Compiled by: PerumalMurugan ♦ © Authors ♦ Language: Tamil ♦ First Edition: December 2004, Second Edition: August 2023 ♦ Size: Demy 1 x 8 ♦ Paper: 18.6kg maplitho ♦ Pages: 80

Published by Kalachuvadu Publications Pvt.Ltd., 669, K.P. Road, Nagercoil 629 001, India ❖ Phone: 91-4652-278525 ❖ e-mail: publications@kalachuvadu.com ❖ Printed at Adyar Students xerox Pvt. Ltd., No. 275 Habibullah Road, Triplicane high Road, Opp Triplicane Post Office, Triplicane, Chennai 600005

ISBN: 978-81-87477-97-6

08/2023/S.No.107, kcp 4650, 18.6 (2) 1k

கி. அ. சச்சிதானந்தத்திற்கும்
வெங்கட் சாமிநாதனுக்கும்

உள்ளே...

	முன்னுரை : படைப்புகளின் வலுவும் ஆகிருதியும்	11
1.	சி. சு. செ. என்றொரு ஆளுமை - வெங்கட் சாமிநாதன்	17
2.	சி. சு. செல்லப்பா: இலக்கியமே உயிர்மூச்சு - கி. அ. சச்சிதானந்தன்	26
3.	அஞ்சறைப் பெட்டிக்குள் ஒரு செப்பு நாணயம் - தேவிபாரதி	39
4.	வாடிவாசல் தாண்டி - க. வை. பழனிச்சாமி	51
5.	புதிய கலனும் பழைய மதுவும் - க. மோகனரங்கன்	58
6.	சார்புகளும் சரிவுகளும் - பாவண்ணன்	61
7.	பிரம்மாண்டமும் ஒச்சமும் - த. பார்த்திபன்	67
8.	கட்டுரையாசிரியர் குறிப்பு	77

படைப்புகளின் வனுவும் ஆகிருதியும்

முன்னுரை

சிற்றிதழ் வாசகர்களிடையேயும் எழுத்தாளர்களிடையேயும் கதைப்பாடல் ஒன்றின் நாயகன் போல சி.சு. செல்லப்பா திகழகிறாா. தம வாழவை 'எழுதது' இதழுக காக அர்ப்பணம் செய்தவர் அவர். 'எழுத்து' மூலமாகப் புதுக்கவிதை, விமர்சனம் ஆகியவற்றை நிலைபெறச் செய்தவர். புதுக்கவிதையின் முதல் தொகுப்பு நூலாகிய 'புதுக்குரல்களை' வெளியிட்டவர். நாவல், சிறுகதை, நாடகம், கவிதை, விமர்சனம் ஆகிய படைப்பு சார்ந்த துறைகள் அனைத்திலும் ஈடுபட்டுக் குறிப்பிடத்தக்க நூல்களை வழங்கியவர். புகைப்படங்கள் எடுப்பதில் ஆர்வமுடையவர். மொழிபெயர்ப்புகள் செய்தவர். தரமான நூல்களை வெளியிட்டுப் பதிப்பகத் துறையிலும் கால்பதித்தவர். தாம் வெளியிட்ட நூல்களைச் சுமந்து சென்று தமிழகப் பல்கலைக் கழகங்கள், கல்லூரிகளில் விற்பனை செய்தவர். அதன் வழியாகக் கல்விப் புலத்திற்குள் நவீன இலக்கியம் புகவும் பரவலாகவும் ஓரளவு காரணமாக இருந்தவர். தமக்குக்

கொடுக்கப்பட்ட விருதுகளையும் பரிசுகளையும் புறக்கணித்தவர். காந்தியக் கொள்கைகளில் ஈடுபாடு மிக்கவர்; மிகுந்த பிடிவாதக் காரர். வெளியீட்டுவாய்ப்புகளைப் பற்றிக் கவலைப்படாமல் தம் அனுபவங்களைப் பதிவு செய்ய வேண்டும் என்னும் ஒரே நோக்கத்தில் இறுதிவரை எழுதிக்கொண்டே இருந்தவர். இத்தனை விதமான கோணங்கள் எழுத்தாளர் ஒருவருக்கு அமைவது சாதாரண விஷயமல்ல.

அவருடைய 'எழுத்து' இதழின் பாதிப்பு இன்றுவரை தொடர்ந்து வருகிறது. 'எழுத்து' என்பதைப் 'படைப்பு' என்னும் பொருளில் சி. சு. செல்லப்பா கையாண்டிருக்கிறார். கசடதபற, அஃ ஆகிய இதழ்களில் தொடங்கி, இன்று வெளிவரும் புதுஎழுத்து, வல்லினம், அட்சரம் வரை பெயர்களில் 'எழுத்து'வின் பாதிப்பு தொடர்கிறது. சிறுபத்திரிகை நடத்துவோர் பலர் தம்மை சி. சு. செல்லப்பாவாக உருவகித்துக் கொண்டு இரங்கத்தக்கவர்களாகக் காட்சியளிப்பதும் நடக்கிறது. 'எழுத்து'வில் எழுதிய எழுத்தாளர்களுக்குப் பின்வந்த எழுத்தாளர்களின் படைப்புகளை வாசிப்பதில் சி. சு. செல்லப்பா ஆர்வம் காட்டியதில்லை எனினும் இன்றும் சி. சு. செல்லப்பா பலருக்கு ஆதர்சமாக இருக்கும் சிறப்பு பெற்றவராக விளங்குகிறார்.

நவீன இலக்கிய வரலாற்றில் பெரும் முக்கியத்துவம் பெறுபவராக, வரலாற்றின் திருப்புமுனையாக விளங்கும் சி. சு. செல்லப்பாவை இன்றைய வாசகர்களுக்கு விரிவாக அறிமுகப்படுத்தும் நூல் எதுவும் இல்லை. அவருடைய சாதனைகளை மதிப்பிடும் நோக்கிலான நூல்களும் இல்லை. முக்கியப் பங்களிப்பான படைப்புகளைப் பெறுவதிலும் இன்று சிரமமிருக்கிறது. அவரது செயல்களின் தாக்கம் அவர் மீதான மதிப்பைக் கூட்டும் அம்சம்தான். எனினும் படைப்புகளின் வலுவே தொடர்ந்து அவரை வாசகக் கவனம் பெறச் செய்யும்.

வாடிவாசல், ஜீவனாம்சம், முறைப்பெண் ஆகிய படைப்புகளோடு மறவர் சாதியினரை மையமாகக் கொண்டு அவர் எழுதிய சிறுகதைகள் சிலவும் கவனம் பெறத்தக்கவை. அவருடைய படைப்புகளின் வலு பாத்திரங்களிலோ மொழியிலோ இல்லை; அவர் தேர்ந்தெடுத்துக் கொண்டிருக்கும் சம்பவங்களில் உள்ளது. கதையம்சமும் சுவாரஸ்யமும் நிரம்பிய ஏராளமான சம்பவங்கள் அவரது கைவசம் இருந்துள்ளன. தேர்ந்த கதைசொல்லியின் லாவகத்தோடு அவற்றை நவீனப் படைப்புத் தன்மைக்குக் கொண்டு வந்திருக்கிறார். சி. சு. செல்லப்பாவை நினைக்குந்தோறும் வாடிவாசலில் வரும் கிழவர் மனத்தில் தோன்றுகிறார். அக்கிழவர் ஜல்லிக்கட்டு நிகழ்வில் பார்வையாளர்களுள் ஒருவர். ஆனால் பார்வையாளர் கூட்டத்தின் தன்மையாகிய மந்தைப் புத்தி அவரிடமில்லை. எத்தனையோ ஜல்லிக்கட்டுகளைப் பார்த்து நுட்பமான அறிதல் கூடிய பார்வையாளர் அவர். வீரர்களுக்கும் சோடைகளுக்கும் உள்ள வித்தியாசத்தை சிறுஅசைவில் கணக்கிட்டு

விடும் திறனுடையவர். ஜல்லிக்கட்டில் வீரம் மட்டுமல்ல, சமயோசி தமும் விவேகமும் கைகூடியிருக்க வேண்டும் என்பதை உணர்ந்தவர். கிழவர், களத்திலிருப்பவரல்ல. ஆனால் களத்திலிருப்போரைக் கணிக்கும் வித்தை தெரிந்தவர். அதன்மூலம் அவரே களத்திலிருப்ப தான உணர்வைப் பெறக்கூடியவர். சி. சு. செல்லப்பாவின் படைப்பு ஆகிருதியும் இப்படித்தான் என்று தோன்றுகிறது.

சி. சு. செல்லப்பாவின் இன்னொரு குறிப்பிடத்தக்க அம்சம், அவரிட மிருந்த காந்தியத் தாக்கம். மார்க்சியப் பின்னணியுள்ள எழுத்தாளர் களையே கருத்தை நம்பிக் கதை எழுதக் கூடியவர்கள் என்று காணும் பார்வை பொதுவாக நம் விமர்சனத்தில் வலுவாக உள்ளது. ஆனால் காந்தியப் பின்னணி, காந்தியத் தாக்கம் ஆகியவற்றைக் கொண்ட படைப்பாளிகள் பலர் இருந்துள்ளனர். வெகு ஜனத் தளத்தில் செயல்பட்ட கல்கி போன்றவர்கள் மட்டுமல்ல, ஆர். சண்முக சுந்தரம், சி. சு. செல்லப்பா முதலியவர்களையும் காந்தியத்தோடு தொடர்புபடுத்திக் காண வேண்டியுள்ளது. இவர்கள் காந்தியத்தில் பற்றுக் கொண்டதோடு விடுதலைப் போராட்டத்திலும் ஏதோ ஒருவகையில் பங்கெடுத்துக் கொண்டவர்கள். வெகுஜன எழுத்தாளர் களிடமிருந்து இவர்கள் வேறுபடும் புள்ளியைக் கண்டறிவது அவசியம். அத்தோடு, செறிவான படைப்பு ஒன்றைக் காந்திய மனம் எப்படிச் சாதாரண நிலைக்குக் கொண்டு வந்துவிடுகிறது என்பதற்குச் சி. சு. செல்லப்பா உள்ளிட்ட இவ்வகை எழுத்தாளர்களிடம் நிறைய உதாரணங்களைக் காணமுடியும்.

இவ்வாறு சி. சு. செல்லப்பாவின் படைப்புகள் பற்றிய கோணங் கள் இன்றைய வாசகருக்குக் கிடைக்க வேண்டும். முன்னோடிப் படைப்பாளியாகக் கொண்டு அவர் செயல்பாடுகளைக் கணிக்கும் போது சில பிரம்மாண்டங்களும் சில ஒச்சங்களும் உருவாவது இயல்பு. அவற்றைப் பதிவுசெய்யும் முயற்சியே இந்நூலாகும்.

○

சுந்தர ராமசாமியின் 'நினைவோடை' வரிசையில் 'சி. சு. செல்லப்பா' பற்றிய நூல் வந்திருக்கிறது. இந்த வரிசை நூல்கள் தமிழுக்குப் புதிதானவை. படைப்பில் தீவிரமாக இயங்கும் எழுத்தாளர் தம் சமகால எழுத்துலகப் பின்னணியோடு இத்தகைய நினைவுக் குறிப்புகளைப் பதிவு செய்வது அவசியமான செயலாகும். படைப் பாளர்களைப் பற்றிய அடிப்படைத் தகவல்களைச் சேகரித்து வைப்பதற்குக்கூடச் சுணக்கம் காட்டும் சமூகம் நம்முடையது. மிக அற்புதமான படைப்புகள் பலவற்றுக்கு ஆசிரியர் யாரென்பதை இழந்துவிட்டு, பாடலில் வரும் ஏதோ ஒரு தொடரைக் கொண்டு பெயர் சூட்டி மகிழ்ந்திருக்கும் மரபு நமது. சமீபகாலத்தில் இத்தகைய மனோபாவம் மாறிவருகிறது.

ஒருவரைப் பற்றிய குறைகளை முழுமையாக மறைத்துவிட்டு நிறைகளை விதந்தோதி உயர்த்தும் வகையிலான பதிவுகளே இதற்குமுன் வந்திருக்கின்றன. அவையும் எண்ணிக்கையில் மிகவும் குறைவானவை. சுந்தர ராமசாமி இந்த மரபுகளைப் புறந்தள்ளி விட்டுத் தமக்குரிய பாணியில் நினைவோடைப் பதிவுகளைச் செய்கிறார். குறிப்பாக, சி. சு. செல்லப்பா பற்றிய பதிவில் அவர்மீது தொடர்ந்து எதிர்மறையான மனோபாவம், ஒவ்வாமை ஆகியவற்றைச் சுந்தர ராமசாமி கொண்டிருந்ததை எவ்வித மறைப்பும் இன்றி வெளிப்படுத்தியிருக் கிறார். சி. சு. செல்லப்பாவின் படைப்புகள், செயல்பாடுகள் குறித்த தமது மதிப்பீடுகளை இயல்பாக முன்வைத்திருக்கிறார். அவரது குணாம்சங்களைத் தாம் தொடர்புடைய சம்பவங்களோடும் பிற எழுத்தாளர்களின் தொடர்புகளைக் கொண்டும் விரிவாக எழுதியுள்ளார்.

சி. சு. செல்லப்பாவின் மனோபாவத்தோடு தம்மை இணைத்துக் கொள்ள முடியாமற்போனாலும் அவருக்குள்ள முக்கியத்துவத்தை எவ்விடத்திலும் குறைத்து மதிப்பிடவில்லை. பழமைக்கும் புதுமைக் கும் இடையே ஊசலாடும் அவரது இயல்பு, கல்விப்புலம் சார்ந்தவர் கள் சி. சு. செல்லப்பாவை இணக்கமாகக் கண்டது, தமது கருத்து களில் அவர் காட்டிய பிடிவாதம் போன்றவற்றை வாசிக்கும்போது சி. சு. செல்லப்பா படைப்புகளின் தன்மைகளை உணர்ந்துகொள்ள வாய்ப்பிருக்கிறது. ஆசிரியருக்கும் படைப்புக்குமான உறவைத் துண்டித்துவிடும் விமர்சனக் கோட்பாடுகள் இன்று எழுந்துள்ளன எனினும் படைப்பை ஆசிரியரோடு சம்பந்தப்படுத்திப் பார்க்கும்போது கிடைக்கும் கூடுதல் பரிமாணங்களை நாம் இழந்துவிட வேண்டிய தில்லை. மேலும் நல்ல படைப்பொன்றை வாசிக்கும்போது அதை உருவாக்கியவரைப் பற்றி அறிந்துகொள்ளும் ஆர்வம் தோன்றுவது இயல்புதான். வெகுஜனத் தளத்தில் பிரபலமாக இருப்பவரைப் பற்றிய மிக அற்பமான தகவல் ஒன்றுக்குக் கொடுக்கப்படும் முக்கியத் துவம் மிகப்பெரிய சாதனையாளர்களைப் பற்றிய அவசியமான தகவல்களுக்குக் கொடுக்கப்படுவதில்லை.

இந்த நினைவோடை மூலம் அக்கால விஷயங்கள் பல அறிய வருகின்றன. இன்றைக்கும் அவை நடைமுறைப் பயன்பாட்டில் உதவுகின்றன. புதுக்கவிதை எழுதுபவர்களுக்கு மரபிலக்கணம் தெரியாது, மரபிலக்கியப் பயிற்சி கிடையாது என்னும் வாதம் இப்போதும் கல்விப் புலங்களில் அவ்வப்போது எழும் நிலையிருக் கிறது. போதுமான அளவு நவீன இலக்கியக்காரர்களைப் பற்றிய விவரங்கள் வெளித்தெரியாமையால் இந்த வாதத்திற்கு இன்னும் உயிரிருக்கிறது. சி. மணி எழுதிய 'யாப்பும் கவிதையும்' நூல்கூட 'செல்வம்' என்னும் புனைபெயரில் வந்ததால் அவ்வளவாகக் கவனம் பெறவில்லை. சி. சு. செல்லப்பா, தமிழ் இலக்கணம் கற்றுத் தேர்ச்சி பெற்றுக் கட்டுரைகளிலும் பேச்சுகளிலும் இலக்கணத்தைப் பேசிச்

சவால்விட்டார் என்னும் தகவல் சுந்தர ராமசாமி மூலம் இன்று கிடைத்திருக்கிறது. சி.சு.செல்லப்பாவின் உரைநடையில் மலிந்திருக்கும் தெளி வின்மையைக் கண்டு அவருக்கு மரபிலக்கணமோ இலக்கியமோ துளியும் பயிற்சியில்லை என்பதாகவே நான் நம்பியிருந்தேன்.

அதேபோல அவர் அர்ப்பணிப்பு உணர்வோடு பத்திரிகை நடத்தி னார் என்று தெரியும்; எத்தகைய அர்ப்பணிப்பு என்பது தெரியாது. அவர் எப்படி அதனைச் சாதித்தார் என்னும் விவரமும் இன்று கிடைப்பதில்லை. அவர் மெய்ப்புத் திருத்தியது, பிழை வந்தால் திரும்ப அச்சடித்தது, கட்டி அனுப்புவதில் அவர் கையாண்ட சிக்கனம் எனப் பல தகவல்கள் இன்று 'நினைவோடை' மூலம் தெரிகின்றன. ஆகவே நினைவோடையின் பயன்பாடு தரும் மகிழ்ச்சி மிகுதியானது.

இந்த அடிப்படையிலேயே சி. சு. செல்லப்பா படைப்புகள் குறித்த கருத்தரங்கின் தொடக்கத்தில் அனுபவப் பகிர்வுகளுக்கு முக்கியத் துவம் கொடுக்கப்பட்டது. சுந்தர ராமசாமியின் நினைவோடை யோடு ஒப்பிட்டுப் பார்க்கத்தக்க வகையில், அவரிடமிருந்து கிடைக்காத வேறு பல விஷயங்களோடு வெங்கட் சாமிநாதன், கி. அ. சச்சிதானந்தன் ஆகியோரின் அனுபவப் பகிர்வுகள் அமைந்திருந்தன. அவை இரண்டு கட்டுரைகளாக இந்நூலுக்குப் பெருமை சேர்க்கும் வகையில் நூலின் தொடக்கத்தில் உள்ளன.

❍

அவ்வப்போதைய உந்துதலின் காரணமாகவே பெரும்பாலும் இலக்கியக் கூட்டங்கள், விமர்சன அரங்குகள் ஏற்பாடு செய்யப் படுகின்றன. சில தனிநபர்களின் ஆர்வம், உழைப்பு, இழப்பு ஆகிய வற்றைச் செரித்தே இவ்வேற்பாடுகள் நடக்கின்றன. ஆனால் பெரும் பாலான கூட்டங்கள் பதிவுகளற்றுக் காற்றோடு போய்விடுகின்றன. நடத்துபவர்களுக்கும் கூட்டம் முடிந்ததும் பெரும் சாதனை புரிந்துவிட்ட திருப்தி உண்டாகின்றது. பங்கேற்பாளர்களும் போது மான தயாரிப்புகளோடு வருவதில்லை. கூட்டம் என்பது, நண்பர் களைச் சந்திக்கும் வாய்ப்பாகவும் நூல்கள் வாங்குவதற்கான களமாக வும் மட்டுமாக மாறுகின்றன. அதாவது துணைவிளைவுகள் மைய விளைவை ஓரங்கட்டிவிடுகின்றன.

ஆனால் காலச்சுவடு ஏற்பாடு செய்யும் கூட்டங்கள் போதுமான முன்தயாரிப்புகளோடு நடக்கின்றன என்பதை வாசகர்கள் கவனித் திருக்கக்கூடும். பங்கேற்பாளர்கள் மட்டுமல்லாமல், பார்வையாளர் களும் தயாரிப்புகளோடு வரவேண்டும் என்று எதிர்பார்ப்பதோடு அதற்கான முயற்சியிலும் காலச்சுவடு இறங்கியிருக்கிறது. தேர்ந் தெடுத்த பார்வையாளர்களுக்கு அடிப்படைத் தரவு நூல்களை இலவசமாக வழங்கி அவர்களை வாசித்துவரச் செய்திருக்கிறது. அப்போதுதான் அர்த்தப்பூர்வமான விவாதங்கள் நடைபெற ஏதுவாகும்.

அதுமட்டுமல்ல, முடிந்தவரை கூட்ட உரைகளைப் பதிவாக்கும் முயற்சியையும் காலச்சுவடு செய்துவருகிறது. அவ்வகையில் சேலம் வயல் அமைப்புடன் இணைந்து நடத்திய இருநாள் கருத்தரங்க உரைகள், கட்டுரைகளாகப் பெறப்பட்டு இரு நூல்களாக இப்போது அச்சேறுகின்றன. 24, 25.05.2003 ஆகிய இருநாட்கள் சேலத்தில் இக்கருத்தரங்கு நடைபெற்றது. முதல்நாள் கு. ப. ரா. படைப்புகள் பற்றியும் இரண்டாம்நாள் சி. சு. செல்லப்பா படைப்புகள் குறித்தும் அமர்வுகள் அமைக்கப்பட்டிருந்தன. கு. ப. ரா. தொடர்பான கட்டுரைகள் 'உடைந்த மனோரதங்கள்' என்னும் நூலாகவும் சி. சு. செல்லப்பா தொடர்பான கட்டுரைகள் 'பிரம்மாண்டமும் ஒச்சமும்' என்னும் நூலாகவும் இப்போது வெளியாகின்றன.

சி. சு. செல்லப்பா தொடர்பான அரங்கில் வாசிக்கப்பட்ட கட்டுரைகள் அனைத்தும் பொருட்படுத்தி விவாதிக்கப்பட்டவை. தேவிபாரதியின் கட்டுரை கடுமையான எதிர்வினைக்கு உள்ளாயிற்று. க. வை. பழனிசாமி, க. மோகனரங்கன், பாவண்ணன் ஆகியோரின் கட்டுரைகள் ஆழ்ந்த விமர்சன நோக்கைக் கொண்டிருந்தன. த. பார்த்திபன் எழுதிய சி. சு. செல்லப்பாவின் கவிதை பற்றிய கட்டுரை அவர் வராமையால், அரங்கில் வாசிக்கப்பட்டது. அக்கட்டுரையின் தலைப்பே இந்நூலுக்கும் தலைப்பாகிறது. அதுவே அக்கட்டுரை பெறும் அங்கீகாரத்திற்குச் சான்றாகும்.

'எழுத்து' இதழ் பற்றிய தனிக்கட்டுரை ஒன்றுக்கும் திட்டமிடப்பட்டிருந்தது. ஆனால் அது சாத்தியமாகவில்லை. அக்கட்டுரையும் வந்திருப்பின் இத்தொகுப்பு நிறைவுடன் அமைந்திருக்கும். அதே போல அரங்கில் நடைபெற்ற விவாதங்களின் தொகுப்பை எடுத்தெழுதிப் பதிவாக்க இயலவில்லை. அதுவும் ஒரு குறையாகவே எனக்கிருக்கிறது.

சேலம் வயல் அமைப்பின் நிறுவனராகிய க. வை. பழனிசாமி, இக்கருத்தரங்கை ஒழுங்கு செய்ய எடுத்துக்கொண்ட முயற்சிகள் எண்ணி நெகிழத்தக்கவை. அவரோடு இணைந்து பணிபுரிந்ததில் நானும் க. மோகனரங்கனும் மிகுந்த சந்தோசமடைந்தோம்.

இக்கட்டுரைத் தொகுப்பு வேலையை என்னிடம் கொடுத்த கண்ணனுக்கும் கட்டுரைகள் கொடுத்துதவிய பங்கேற்பாளர்களுக்கும் நூல் உருவாக்கத்தில் உதவிய இரா. மணிகண்டனுக்கும் எனது நன்றி.

பெருமாள்முருகன்

சி. சு. செ.
என்றொரு ஆளுமை

வெங்கட் சாமிநாதன்

சி. சு. செல்லப்பாவின் ஆளுமையைப் பற்றிப் பேசப் பணிக்கப்பட்டிருக்கிறேன். எந்த ஆளுமை? இலக்கிய ஆளுமையைப் பற்றிப் பலர் பலவாறாகக் கருத்து தெரிவித் துள்ளார்கள். நானும் அது பற்றி நிறையவே எழுதியிருக்கிறேன் என்று நினைக்கிறேன். புதிதாகச் சொல்ல எதுவும் இருப்பதாக நான் நினைக்கவில்லை. நான் சொன்ன பல கருத்துகள் அவருக்கே பிடித்தமில்லாதவை. ஆனாலும் தொடர்ந்து எழுதிவந்திருக்கிறேன். என் கருத்துகளை அவர் ஏற்காததை அவரே சொல்லியுமிருக்கிறார். நேரிலேயே நிறையச் சண்டை போடுவார். உரத்த குரலில்தான், தீர்மானமாக அடித்துப் பேசுவதாகத்தான் அவர் தன் கருத்துகளை முன் வைப்பார். இவ்வளவுக்கும் – இதை நான் முன்னரே பல முறை சொல்லியிருக்கிறேன், திரும்பவும் சொல்கிறேன்; என்னையும் எழுத்தாளன் என்றுதான் அநேகர் அங்கீகரித்திருப்பதாகத் தெரிகிறது. 40 வருட காலமாக எழுதிக்கொண் டிருப்பவனை வேறு என்னவென்று சொல்வது

என்கிற சங்கடம் அவர்களுக்கு – எழுத்தாளனாக நான் உலவுவதற்கும் என்னையும் அப்படி நீங்கள் அங்கீகரிப்பதற்கும் நான் இங்கு அழைக்கப்பட்டுள்ளதற்கும் இந்தச் சங்கிலித் தொடரான நிகழ்வுகள் அத்தனைக்கும் முழுமுதற்காரணம் செல்லப்பாதான். அவரது 'எழுத்து' பத்திரிகைதான் என்னை உங்கள்முன் நிறுத்தியது என்ன பெரிய விஷயம்! தமிழ் இலக்கியத்தின் போக்கையே முனை திருப்பி வேறு பாதைக்குத் திருப்பியதே எழுத்துவும் சி. சு. செல்லப்பாவும்தான். இல்லையெனில் நான் என்ன செய்திருப்பேன்? தஞ்சை கிராமங்களில் மதியச் சாப்பாட்டிற்குப் பிறகு திண்ணை வம்புப் பேச்சுகள் நடக்கும், பொழுது சாயும்வரை பின் மறுபடியும் அது இரவுச் சாப்பாட்டிற்குப் பிறகும் தொடரும். அத்தகைய திண்ணை வம்பாக, நான் எழுதியுள்ளது பேசப்பட்டிருக்கும். நான் வம்புதான் செய்து வருகிறேன் என்பது உரத்துப்பேசி தம் இருப்பை வலியுறுத்துபவர்களது அபிப்ராயம்.

உரத்த வாக்குவாதம் இல்லாது எப்போதாவது அவரைச் சந்தித்தது உண்டா? எனக்குச் சொல்லத் தெரியவில்லை. 1967இல் செல்லப்பா, க. நா. சு., தி. ஜா., லா. ச. ரா. போன்றோர் தாம் வாழும் காலத்தில் கால்வைத்துள்ளதாக அவர்கள் எழுத்துகள் எனக்குச் சொல்லவில்லை என்று எழுதினேன். க. நா. சுவும் சரி, செல்லப்பாவும் சரி, அதற்காக என்னை விரோதித்துக் கொள்ளவில்லை. ஆனால் செல்லப்பா தனக்குப் பதில் சொல்ல நிறைய இருப்பதாகவும், "பிறகு பார்த்துக் கொள்ளலாம்" என்று விட்டுவிட்டதாகவும் சொன்னார்.

இப்படி, "பிறகு பார்த்துக்கொள்ளலாம்" என்று தள்ளிப்போட்டது நிறைய அடுத்தடுத்து நிகழ்ந்து அது ஒரு பெரிய புத்தகமாக, கைப்பிரதியாக அவரிடம் உள்ளது. அது திரும்பத்திரும்பத் திருத்தப்படும், சீர் செய்யப்படும். நான் அவரை விடுமுறையில் சந்திக்கும் போதெல்லாம், அந்தக் கட்டை எடுத்து எனக்குக் காண்பிப்பார். 'இது உங்களுக்கு', 'இது சிவராமுவுக்கு' என்று ஒவ்வொரு கட்டாகக் காண்பிப்பார். அதற்குமேல் அதில் உள்ளதுபற்றி எனக்குத் தெரியாது. வெளிவர வேண்டும் என்றுதான் நான் ஆசைப்படுகிறேன். அவற்றில் மறுபார்வை இருக்கும், வாதம் இருக்கும். அது ஒரு ஆரோக்கியமான கருத்து/பார்வைப் பரிமாறலுக்கு உதவும்.

செல்லப்பாவின் பிடிவாதத்தையும் சண்டைத் தொனியையும் அடிக்கடி கேலி செய்யும் க. நா. சு. 'செல்லப்பா என்ன சொல்கிறார் என்று அறிய நான் கட்டாயம் விரும்புவேன். நமக்குப் பட்டிராத பல விஷயங்களை அவர் சொல்வார்' என்று அந்தக் கேலித் தொனியை மாற்றித் தன் கருத்தை முடிப்பதற்கு க. நா. சுவுக்கு அதிக நேரம் ஆகாது. கேலி ஒரு புறம் இருக்க, இது ஆரோக்கியமான கருத்துப் பரிமாறல். 'எழுத்து' பத்திரிகையைக் கேலிசெய்த க. நா. சுதான் 'எழுத்து' போன்ற பத்திரிகையைத் தாமும் நடத்தி, இந்தப் பண்டிதர்களும் பல்கலைக்கழகங்களும் தாம் இதுகாறும் செய்துள்ள பாவங்களுக்குப் பிராயச்சித்தம் செய்துகொள்ள வேண்டும் என்றும்

சொன்னார். சண்டையை மீறி, பிடிவாதத்தை மீறி, கேலியை மீறி, நடந்தது ஒரு வரலாற்றுத் திருப்பம் என்பது அங்கீகரிக்கப்படுகிறது இங்கு.

என் முதல் கட்டுரையைத் தொடர்ந்து அடுத்தடுத்த கட்டுரைகள் எழுத்து பத்திரிகையில் பிரசுரமானது எனக்கு ஆச்சரியமாகவே இருந்தது. என் அக்கறைகள், பார்வைகள் வித்தியாசமானவை. பழக்கப்படாதவை. 'இதெல்லாம் எதுக்கு' என்றுதான் செல்லப்பா நினைப்பார் என்றே நினைத்தேன். அதை, அந்தக் கேள்வியையும் மற்றவைபோலச் செல்லப்பா ஒத்திவைத்தார் என்றுதான் சொல்ல வேண்டும். பின்னர் பத்து வருடங்கள் கழித்து 'இதெல்லாம் எதுக்கு?' என்றுதான் அவர் கேட்டார்.

முதல் கட்டுரையை ஏற்று அவர் எனக்கு ஒரு கார்டு எழுதினார். 'உற்சாகப்படுத்தி' என்றுதான் ஞாபகம். அவர் யாருக்கும் எழுதுவது மிகவும் அபூர்வம் என்று பிறகு அவர் சொல்லியே தெரிந்தது. அவர் மாத்திரம் அல்ல. பொதுவாகத் தமிழர்களிடையே இந்தப் பண்பு, ஒருவர் ஒரு தகவல், விசாரிப்பு கேட்டு எழுதினால், அதற்கு ஒரு பதில் தர வேண்டும் என்ற பண்பு, நாகரிகம் இல்லை. இதைச் செல்லப்பாவிடம் சொன்னேன். "இதே காரியத்தை நீங்களும்தான் செய்கிறீர்கள். கதை கேட்டு 32 தடவை கி. வா. ஜ. கேட்டும் மரியாதைக்கு நீங்கள் எந்தப் பதிலும் அவருக்குத் தரவில்லை" என்றேன்.

உடனே செல்லப்பா சத்தம்போட்டார். "அந்தரங்கமா பேச்சிலே பரிமாறிக்கிறதையெல்லாம் இப்படி வெளியே சொல்லப்படாது" என்றார். "இது அந்தரங்கமாக இல்லை, பகிரங்கமாக 'எழுத்து அனுபவங்களின்' ஆரம்பத்தில் எழுதியிருக்கிறீர்கள். அதிலிருந்துதான் எனக்குத் தெரிந்தது. பேச்சில் தனியாகச் சொன்னதில்லை" என்றேன். "சரி போறது, விடுங்கோ. என்னமோ மனசு சரியில்லே. அப்படி இருந்துட்டேன்" என்றார். அதுதான் உண்மையும்கூட.

1961லிருந்து 1998 வரை அவர் எனக்கு எழுதிய மொத்தம் இரண்டோ மூன்றோ கார்டுகளில் அது ஒன்று. 1949இல் ஜெம்ஷெட்பூரிலிருந்து என் மாமா எனக்கு எழுதிய கார்டு போல 1957இல் என் பிலாய் நண்பன் கடிதம் போல, செல்லப்பா கார்டும் என்னிடம் பத்திரமாக உள்ளது.

என்னை எழுத்துலகிற்குத் தள்ளிய கார்டு அது. எழுதாத மனிதர் எழுதிய கார்டு.

1962இல் என்று நினைக்கிறேன். விடுமுறையில் தெற்கே வந்த போது, முதன்முறையாகச் செல்லப்பாவை 19–ஏ, பிள்ளையார் கோயில் வீட்டில் பார்க்கிறேன். நான் வருவதாக முன்கூட்டியே அவருக்குச் சொல்லவில்லை.

'நான்தான் சாமிநாதன், ஜம்முலேர்ந்து' என்று சொல்லிக்கொண்டதும் அவர் "வாங்கோ. வாங்கோ" என்று வரவேற்றார். அட்டகாச

மாக உரத்த உற்சாக வரவேற்பு. "என்ன ஆச்சரியம் பாருங்கோ, இது யார் தெரியுமோ? தருமு சிவராமு, திரிகோண மலைலேர்ந்து" என்று பக்கத்தில் கண்களை அகல விரித்துச் சிரித்த முகத்துடன் பார்த்துக்கொண்டிருந்த சிவராமுவைக் காட்டினார்.

சிவராமு, கிட்டத்தட்ட ஒரு மாத காலமாக அங்குத் தங்கியதாகத் தெரிந்தது. அப்போதிருந்து எழுத்து நடந்தவரை, செல்லப்பாவைக் காண வெகுநேரம் இருந்து பேசுவோர் கூட்டம் அதிகம். யாரும் வருவதாக முன் அறிவிப்பு இல்லை என்றால், சரஸ்வதி அலுவலகம், பிச்சமூர்த்தி வீடு, ராமய்யா வீடு எனப் பல இடங்களுக்கு நான் விடுமுறையில் பார்க்கச் சென்ற நாட்களில் என்னை அழைத்துச் செல்வார். நான் அக்காலங்களில் இரண்டு மூன்று வருடங்களுக்கு ஒருமுறைதான் விடுமுறையில் தெற்கே வருவேன். செல்லப்பாவுக்கு இலக்கியம், விமர்சனம்பற்றி ஓயாது ஒழியாது பேச வேண்டும். எழுத்து ஆரம்பித்ததும், அதற்குக் கிடைத்த எதிர்பாராத திருப்பங்கள், வளர்ச்சி (வியாபார ரீதியில் அல்ல), சிறுகதை, புதுக்கவிதை, விமர்சனம், எழுத்துவைப் பார்த்துத் தோன்றிய சிறுபத்திரிகைகள், இவற்றால் எழுத்து கவர்ந்த இளைஞர்கள் வரவு, கூட்டம், விவாதம்... இவையெல்லாம் சி. சு. செல்லப்பாவுக்கு மிகுந்த உற்சாகத்தைக் கொடுத்தன.

அவர் வீட்டுக்கு அவரோடு மணிக்கணக்காகப் பேச வருவோர் அதிகம் என்று எனக்குத் தோன்றியது. அதில் செல்லப்பாவுக்கு ஆத்மார்த்தமாக, உற்சாகம்தான்; சந்தோஷம்தான். தி. க. சியை, எழில்முதல்வனை, நான் அங்குதான் பார்த்தேன். "நீங்க வரதுக்கு கொஞ்ச நாழி முன்னாலேதான் கம்பதாசன் வந்துட்டுப் போனார்" என்றார் செல்லப்பா. இவர்களையெல்லாம் எழுத்து வட்டத்திற்குள் நான் கற்பனை செய்தது கிடையாது. ஒரு குருவிடம் தீக்ஷை பெறுவது போல எழில்முதல்வன் செல்லப்பாவின் இடைவிடாத பேச்சைக் கேட்டுக்கொண்டிருப்பார். அவர் பேசியதாகவோ அபிப்ராயம் சொன்னதாகவோ எனக்கு நினைவில்லை. "இப்படித்தான் பல்கலைக் கழகங்களில் இருக்கிறவர்களை நம் பக்கம் வரச்செய்ய வேண்டும். நிறையத் தெரிந்துகொள்ளணும்னு அவருக்கு ஆசை" என்பார் செல்லப்பா.

எதற்காகச் சொல்ல வந்தேன் என்றால் இந்தக் கூட்டம், இந்த உபசரணை அவர் சக்திக்கு வெகுவாக மீறியது. அவருக்கு வருமானம் என ஏதும் இருந்ததில்லை. 1972 வாக்கில் எழுத்து கடை மூடிய பிறகுதான், செல்லப்பாவுக்குச் சுதந்திரப் போராட்டத் தியாகி என ரூ.300 அல்லது ரூ. 500 கிடைக்கத் தொடங்கியது. பின்னாட்களில் 20 வருடங்கள் நீட்சியில் அது ரூ. 1500 ஆக உயர்ந்தது என நினைக் கிறேன். ஆனால் 1960களில் அவர் நிலை பரிதாபமானது. தன் மனைவியின் நகைகளை அடகு வைத்துப் பெற்ற சில நூறு ரூபாய் களை வைத்துத்தான் அவர் எழுத்து பத்திரிகையை ஆரம்பித்தார்.

எந்நிலையிலும் உபசரிப்புக்குக் குறைவில்லை. மாமி முகம் சுளித்து நான் கண்டதில்லை. வேளையைப் பொருத்து, டிபனோ சாப்பாடோ "சாப்பிட்டுவிட்டுப் போகலாம்" என்பார். சுத்த காந்தியவாதியான அவர் காபி, டீ சாப்பிடுவதில்லை. ஆனாலும் எனக்கு அங்கு காபி கிடைக்கும். பீடியைப் புகைத்துப் போடக் காகித டப்பா கிடைக்கும். "நேரே என்னத்துக்குக் கும்பகோணம் போறது? இங்கேயே நீங்க தங்கலாம். அடுத்த தடவை இங்கேயே தங்குங்கோ" என்று வற்புறுத்துவார்.

எழும்பூர் ரயில் நிலையத்திற்குப் பக்கத்தில் ஒரு லாட்ஜில் அறையெடுத்து அவரைப் பார்க்கச் சென்றபோது, அதைக் காலி செய்யச் சொல்லி, ஞானக்கூத்தன் திருவல்லிக்கேணியில் இருந்த மாடி அறையில் எனக்கு இடம் ஏற்பாடு செய்தார். அந்த இடத்திற்கு அழைத்துச் சென்றவர் ந. முத்துசாமி. 'பக்கத்திலே இருந்தாத்தானே பேசிண்டு இருக்க முடியும்' என்பது அவர் வாதம். அவர் வீட்டில் நான் தங்க நேரிட்டால், அவர் பேச்சு ஒரு போதும் ஓயாது. இரவு 12 மணிக்கு மேல் ஆகியிருக்கும். எனக்குக் கண்ணைச் சுழற்றும். அவர் பேசிக்கொண்டே இருப்பார். காலையில் அவர் பேச்சு காதில் விழத்தான் எனக்கு விழிப்பு வரும். இரவிலும் காலையிலும் நான் உறங்கிக்கொண்டிருக்க அவர் எவ்வளவு நேரம் பேசிப் பின் நிறுத்தியிருப்பார் என்று எனக்குத் தெரிந்ததில்லை. அவர் அது பற்றிக் கவலைப்பட்டதில்லை.

"இதென்ன பெரிய விஷயம். சுண்டைக்காயை வறுத்துப் பொடி செய்யணும். அந்தப் பொடியைச் சாதத்தில் ஒரு குழிவில் போட்டு அதன்மேல் சுடச்சுட நெய்யைவிட்டுச் சாதத்தைப் போட்டு மூடி விடணும். பிறகு கலந்து சாப்பிட்டால் உங்க வயிற்றுவலியெல்லாம் போயிடும். அதைத்தான் மாமிகிட்டச் சொல்லியிருக்கேன்" என்பார். பின், கிட்ட இருந்து ஒவ்வொரு stageலேயும் நான் சரியாகச் செய்கிறேனா, என்று பார்த்து அடுத்துச் செய்ய வேண்டியதைச் சொல்லி வருவார். இது அவ்வளவும் முதல் நாளும் பின்னர் வரவிருக்கும் பகலிலும் நடந்த, தொடர்ந்த உரத்த வாக்குவாதங்களுக்கு இடையில்.

இம்மாதிரியான சந்தர்ப்பம் ஒன்றில்தான் மாமி சொன்னார், "சிவராமுவுக்கு சாப்பிடவே தெரியாது. கறி, அப்பளம், உப்பு, சாம்பார், ஊறுகாய் எல்லாத்தையும் சாதத்தோடு ஒண்ணாக் கலந்துடுவான். இவர்தான் சொல்லிக் கொடுப்பார், எப்படிச் சாப்பிடறதுன்னு."

இது முதல் தடவையாக 1961இல் சிவராமு செல்லப்பா வீட்டில் நீண்ட நாள் தங்கியிருந்தபோது. பின் இலங்கையிலிருந்து வந்த அடுத்த சில தடவைகள்வரை, சிவராமு தங்கியிருந்தது செல்லப்பா வீட்டில்தான் என்று நினைக்கிறேன்.

ஏனெனில் அடுத்த ஒரு சந்தர்ப்பத்தில் மாமி மனம் கசந்து போகும்படி ஒரு சம்பவம் நிகழ்ந்தது. சிவராமு மனம் பிறழ்ந்த

மாதிரி சில சமயம் நடந்துகொள்வதுண்டு. அங்குத் தங்கியிருந்தபோது, ஒரு நாள் செல்லப்பாவின் பையன் மணி – அப்போது அவன் சிறு வயதுப் பையன் – மணியை இறுக்கிப் பிடித்துக்கொண்டு "இப்படியே இவன் கழுத்தை நெருக்கிவிடட்டுமா?" என்று சொல்ல, "செய்யேன்பா. தாராளமாகச் செஞ்சுக்கோ. அவன் மாதிரி நீயும் எனக்கு ஒரு பிள்ளைதான். நீங்க அண்ணன் தம்பி மாதிரி. அப்படி ஒண்ணும் ஜாஸ்தி வயசு வித்யாசம் இல்லை. உனக்கு அப்படித் தோணித்துன்னா, கழுத்தை நெருக்கிக்கோ" என்று சொன்னாராம். இதை எனக்குச் சொன்னது மாமிதான். சிவராமுவின் நடவடிக்கைகள் அப்பவே விசித்திரமாகத்தான் இருந்தன என்று சொல்வதற்காகச் சொன்னார் மாமி.

இதையெல்லாம் நான் சொல்லக் காரணம், செல்லப்பாவின் அக்கால மனப்போக்கு, ஆளுமை பற்றிச் சொல்லத்தான். இலக்கிய சம்பந்தமான காரியங்களில் அவரது உற்சாகம், அதன் சந்தர்ப்பத்தில் அவரது ஆளுமை எதையெல்லாம் சகித்தது, அலட்சியம் செய்தது, பாராட்டாது பெரும்போக்கில் உதறியது என்று சொல்லத்தான்.

அவரது அக்காலத்திய வறுமை, சொல்லி மாளாது. பழுப்பேறிய, கசங்கிய கதர் வேட்டியும் அரைக்கை கதர் சட்டையும்தான். சுற்றியிருப்பவர்கள் எல்லாம் மிக நன்றாக உடை உடுத்தியவர்கள். ந. முத்துசாமி, சச்சிதானந்தம், எஸ்.வைதீஸ்வரன் இப்படி எல்லோருமே. நான் இடைப்பட்டவன். இந்தக் கோடியும் இல்லை. அந்தக் கோடியும் இல்லை. வயதிலும் இடைப்பட்டவன் மாதிரி.

எழுத்து பத்திரிகையோ தொடர்ந்து நஷ்டத்தை ஏற்படுத்திக் கொண்டிருந்தது. அக்காலத்தில் நூற்றுக்கணக்கில்தான் மாதா மாதம் இழப்பு என்றாலும் எந்த வருவாயும் இல்லாத ஒருவர் நூற்றுக்கணக்கில் மாதாமாதம் இழப்பது எவ்வாறு? இதில் விருந்து பசாரம் என்பது எவ்வாறு சாத்தியம்? அதுவும் நடந்தது. கூடையில் அவரே செய்து நிரப்பியிருந்த அழகான பட்சிகளின் பொம்மைக் குவியலை நான் பார்த்திருக்கிறேன். விற்பனைக்கு எடுத்துச் செல்வாராம். தினமணி கதிரில், சந்திரோதயத்தில் வேலை செய்தது பற்றியெல்லாம் அவரே எழுதியுள்ளது பற்றிக் கேட்டிருக்கிறேன். பட்சிப் பொம்மைகள் செய்து விற்றுக் காலம் கடத்தும் காலத்தில், அவரே சில சமயம் சொல்வார். "ஒரு இடத்தில் நமக்கு மரியாதை இல்லை என்றால் அங்கே எதற்காகப் போவது?" என்பார். பிடிவாதம் என்றால் எல்லை மீறிய, புரிந்துகொள்ள இயலாத, பிடிவாதம். எத்தகைய வறுமையிலும் அதைச் சொல்லிக்காட்டாத, தன் கௌரவம் இழக்காத பிடிவாதம் மரியாதைக்குரியது. எந்தப் பரிசையும் நான் வாங்க மாட்டேன், தொடமாட்டேன் என்ற பிடிவாதம் வணக்கத்திற்குரியது. ஒரு பரிசு வாங்க, எத்தகைய கீழ்த்தர யுக்தியையும் கடைபிடிக்கும் இந்தத் தமிழ்ச் சமூகத்தில் இந்தப் பிடிவாதம் சாதாரணத்துவத்தை மீறியது.

தன் ஒரே பிள்ளையை மிகத் தாமதமாக ஒண்ணே ஒண்ணு பொன்னே பொன்னு என்று பெற்ற பிள்ளையை, “இதன் கழுத்தை இப்படியே நெரிக்கிவிடட்டுமா?” என்று சொல்பவனை எப்படி நடத்துவது? அவன் ஒரு படிமக் கவிஞனே ஆனாலும் அவன் எப்படி நடத்தப்பட வேண்டும்? இது வெறும் மனப் பிறழ்ச்சியின் விகார வெளிப்பாடு என்று நாம் இப்போது சொல்லலாம். மருத்துவர்கள் சொல்வார்கள். ஆனால் அந்தக் கணம் அந்தத் தாயின், தந்தையின் மனநிலை எப்படி இருந்திருக்கும்?

மாமி இதைச் சொன்னபோது பக்கத்திலிருந்த செல்லப்பா, ஏதோ கசப்பான, நடந்து முடிந்துவிட்ட பழைய சம்பவம் என்பது போல, ‘ம்ச்ச’ என்று சொள்ளுக்கொட்டினார். அவ்வளவே. இந்தக் கசப்புகள் பின்னர் ஒரு போதும் மறக்கவில்லை. அதற்கு அதனுடைய இடம் உண்டு. கசப்பு ஒதுக்கப்பட்டது. அந்தக் கசப்பு, இலக்கிய விசாரத்தில் தலையிடுவதில்லை.

தருமு சிவராமூ தன் கண்டுபிடிப்பு, தன் எழுத்துவின் கண்டுபிடிப்பு, வளர்ப்பு என்பதில் அவருக்குப் பெருமையும் கர்வமும் உண்டு. அதற்கு அவர் உரியவர்தான். பின்னர் நிகழ்ந்தவை நிறைய. தன் கவிதைகளால்தான் செல்லப்பாவுக்குக் கவிதை உணர்வே பிறந்தது என்று சிவராமூ சொல்லித் திரிந்த காலங்கள் நிறைய உண்டு.

என் கட்டுரைகளைப் புத்தகமாகப் போட வேண்டும் என்று சில இளைஞர்கள் ராஜபாளையம், வில்லிபுத்தூரிலிருந்து வந்து தேடியபோது அவர்களை நான் சந்திக்க முடியாமல் போயிற்று. டெல்லி சென்றுவிட்ட எனக்குக் கடிதம் எழுதி, பின்னர் அடுத்த முறை சென்னைக்கு நான் வந்தபோது சந்தித்தார்கள். எல்லாம் முடிவான பிறகு, செல்லப்பா சொன்னார், “சிவராமூ கவிதைகளையும் போடுங்களேன். இரண்டையும் ஒன்றாகக் கொண்டுவந்து விடலாம்” என்றார். “அந்த முசுடுவிடம் யார் கேட்பது?” என்று தயங்கிப் பின் ஒருவாறாக அவர்களில் ஒருத்தர் கேட்டுச் சிவராமூ சந்தோஷமாக ஒப்புக்கொண்டார்.

அந்தச் சமயம் செல்லப்பா என்னிடம் கேட்டார், “உங்களுக்கு சம்மதமானால் நான் உங்கள் புத்தகத்திற்கு அறிமுகம் எழுதுகிறேன்” என்றார். “உங்களுக்குச் சம்மதமானால்” என்று கேட்டதற்குக் காரணம் எங்கள் இருவரிடையே தொடர்ந்த வாக்கு வாதங்களினால் நான் மறுத்துவிடலாம் என்று நினைத்தாரோ என்னமோ. எங்கள் சண்டைகளையெல்லாம் மீறி அவர் இப்படிச் சொன்னதில் எனக்குச் சந்தோஷம்தான். அதே சமயம், சிவராமூவும் செல்லப்பா தான் முன்னுரை எழுத வேண்டும் என்று சொல்லிவிட்டாராம். அவர் கவிதைகளைப் படித்துத்தான் கவிதை உணர்வு பெற்றவராயிற்றே செல்லப்பா. அந்தச் செல்லப்பாதான் தன் கவிதைக்கு முன்னுரை

எழுத வேண்டுமென்று சிவராமூ இப்போது சொன்னார் என்றால் செல்லப்பாவுக்குச் சந்தோஷம்தான். அதன் பிறகும் சிவராமூ எழுதியதெல்லாம் அதன் பொய்மையையெல்லாம் சொல்லி மாளாது. செல்லப்பா சொல்வார், "பாரேன் இவன் மல்லாக்கப் படுத்துண்டு ஆகாயத்தைப் பார்த்து எச்சில் துப்பறதை."

கடைசியில் இதற்குப் பல வருடங்கள் கழித்து, சிவராமூ சாகும் தறுவாயில் உடல் அசையாது படுத்த நிலையில் விளக்கு பரிசு தருவது என்று முடிவாயிற்று. அந்தப் பரிசைச் செல்லப்பா கையால் தர வேண்டும் என்று தீர்மானமானபோது, செல்லப்பா மிகவும் சந்தோஷமாக அதைச் செய்தார். உருக்கமான ஒரு சின்னப் பிரசங்கமும் செய்தார் என்று கேள்விப்பட்டேன்.

இப்படியெல்லாம் செல்லப்பாவைச் செய்ய வைத்தது எது? இவையெல்லாம் ஒரு சாதாரண மனிதனின் காரியமல்ல. பொம்மை பட்சிகளைப் பஞ்சிலும் துணியிலும் செய்து கூடைகூடையாக விற்பது ஒரு சாதாரண மனிதனின் காரியம்தான். ஆனால் வறுமைப் பட்டுவிட்ட எழுத்தாளனுக்கு அல்ல. அதோடுகூட, அந்த வருமானத் தோடோ அதுவுமின்றியோ ஒரு எளிய பத்திரிகையைக் கேலியும் உதாசீனமும் நிறைந்த சூழ்நிலையில் விடாப்பிடியாக நடத்திச் சரித்திரம் படைத்ததும் அக்காலங்களில், அந்த வறுமையிலும் முகம் கோணாத விருந்து உபசரணையும் சாதாரண மனிதனின் காரியமில்லை.

"ஒரு அழுக்கு வேஷ்டியும் கசங்கிய சட்டையும் போட்டுக் கொண்டு ஒரு துணிப்பையில் பத்திரிகையை எடுத்துக்கொண்டு வந்தார். பரிதாபமாக இருந்தது" என்று கம்பீரத் தோற்றமும் மடிப்புக் கலையாத குர்தாவும் அணிந்த பத்திரிகையாசிரியர் சொன்னார். அதற்குச் செல்லப்பா சொன்னது, "எந்தக் கஷ்டநிலையில் நான் பத்திரிகை நடத்துகிறேன் என்பதை இதைவிடத் தெளிவாகச் சொல்லி விடமுடியாது" என்றார். அடுத்து இருபது வருடங்கள் செல்லப்பா அதே காரியத்தை அதே பாணியில் தொடர்ந்து செய்தார். எல்லா இடங்களிலும் மாற்றங்கள் நிகழ்ந்தன. பத்திரிகை வியாபாரம் புத்தக வியாபாரமாகியது. புடவை விற்கிறவன் மாதிரி புத்தக மூட்டைகள் சுமந்துசென்றார். புத்தகங்கள்தான் எனக்குக் கொஞ்சம் பணம் தந்தன என்றார். புதுக்கவிதை, செல்லப்பா, பிச்சமூர்த்தி, லா.ச. ராமாமிர்தம், ஜானகிராமன் எல்லோரும் பல்கலைக்கழகங் களில் புகுந்தார்கள். முன்னால், செல்லப்பாவின் பரிதாபத் தோற்றத்தைப் பார்த்து இரக்கப்பட்ட நா. பார்த்தசாரதி, செல்லப்பா வுக்குச் சாகித்ய அகாதெமி பரிசு வாங்கித்தரப் படாதபாடுபட்டார். அதற்குச் செல்லப்பா மசிந்தவரில்லை. இவர்கள் இருவருக்கிடையே பின்னர் ஏற்பட்ட பாச உணர்வு மனநெகிழ்ச்சி தரும்.

தோற்றம் மாத்திரமல்ல. செல்லப்பாவின் படிப்பு, பார்வை எல்லாமும் சாதாரணம் என்பதற்குமேல் சொல்லத்தக்கது அல்ல.

ஆனால் அவரது உழைப்பும் பிடிவாதமும் செயலாற்றியே காட்டு வேன் என்ற தீவிரமும், Sincerety of purpose – தன் காரியங்களில் உள்ள உண்மையான, நேர்மையான ஈடுபாடு, இவையெல்லாம் ஒரு சாதாரணத்தை அசாதாரணத்திற்கு உயர்த்திவிடுகின்றன.

ஒரு நோஞ்சான் பத்திரிகையை இலக்கிய சரித்திரத்தையே பாதை திருப்பிய சக்தியாக மாற்றிக் காண்பித்தார். வறுமையிலேயே, நிறைந்த செல்வம் சாதிக்க இயலாத காரியங்களைச் சாதித்தார்.

'விமர்சனம் எதற்கு?' என்று சொல்லிக்கொண்டிருந்தவர், தமிழில் விமர்சனம் வேரூன்றக் காரணமானார்.

கவிதை பற்றியே சிந்திக்காதவர், தமிழ்க் கவிதையில் ஒரு பெரும் மாற்றத்தைத் தோற்றுவித்துவிட்டார்.

சண்டைக்காரர், உரத்துச் சத்தம்போட்டுப் பயமுறுத்திவிடக்கூடியவர், அவர் மனித உறவுகளில் மிக மென்மையான உணர்வுகளைப் பேணுகிறார். வாதங்கள்தான் உரத்து ஒலிக்கும். உணர்வுகள் மென்மையானவை.

சிறுகதைக்காரர், கவிஞர், விமர்சகர், பண்டிதர் என இளைஞர் கூட்டம் அவரைச் சுற்றிவந்தன. அந்தச் சண்டைக்காரரால் இவர்களையெல்லாம் கவர முடிந்திருக்கிறது. அவரால் இவர்களும் கவரப்பட்டிருக்கிறார்கள்.

என் கல்யாணத்திற்குப் பிறகு என் மனைவியுடன் மாம்பலத்தில் மாமியார் இருந்த இடத்திற்கு அன்று காலைதான் கும்பகோணத்திலிருந்து வந்து இறங்கியிருக்கிறேன். சுமார் 10 அல்லது 11 மணி அளவில் ஒரு பெரிய சத்தம். முன் வீட்டுக்காரர்களிடம் விசாரணை நடக்கிறது. "இங்கேதான் சாமிநாதன் இருக்காரா? எங்கே அவர்?" மழைக்காலம் அது. வீடு பூராவும் மழையின் சகதி. சுற்றிப் பின்கட்டிற்கு வர வேண்டும். சத்தம் போட்டுக்கொண்டே வந்தார் அவர்.

முன் வீட்டுக்காரர் குடும்பம், என் மனைவி, மாமியார் எல்லோருக்கும் ஒரே அதிர்ச்சி. இத்தனை கோபப்பட நம் மாப்பிள்ளை என்ன தப்புப் பண்ணிவிட்டார் என்று. கடன் வசூலிக்க வரும் மார்வாரிக்காரன் நினைவுக்கு வந்திருக்கலாம் அவர்களுக்கு.

என் முன்னால் நின்றது செல்லப்பா. "நேரே அங்கே வரதுக்கு என்ன? எப்படி நீங்கள் வரதை எனக்குச் சொல்லாமல் இருக்கலாம்?" என்று கத்தினார். நான் அவர் கோபத்துக்குப் பதிலாகச் சிரித்து அவரை வரவேற்றதுதான் அவர்களுக்கு எல்லாம் நிம்மதி அளித்தது.

முரண்கள், அசாதாரணங்கள் இலக்கியச் சாதனைகளில் மட்டுமல்ல. அன்றாட மனித உறவுகளிலும்தான். சாதாரண மனிதர்தான். அசாதாரணங்கள் அவரிடம் நிறைய.

❖

சி. சு. செல்லப்பா: இலக்கியமே உயிர் மூச்சு

கி. அ. சச்சிதானந்தம்

சி. சு.செல்லப்பா தனது எண்பத்தாறாவது வயதில் 1998 டிசம்பர் 18 ஆம் நாள் அன்று இயற்கை எய்தினார். அவர் காலமாகி நான்கரை ஆண்டுகளுக்குப்பின் அவருடன் கழித்த நாள்களை நினைவுகூரும் வாய்ப்பு இந்தக் கருத்தரங்கத்தின் மூலமாகக் கிடைத்ததற்கு என் நன்றியை உங்களுக்குத் தெரிவித்துக்கொள்கிறேன். அவரை முதன்முதலாக 1964 ஆம் ஆண்டில், அவர் அப்போது குடியிருந்த பிள்ளையார் கோயில் தெருவில் (திருவல்லிக்கேணி) சந்தித்தேன். அன்றையிலிருந்து முப்பத்தைந்து ஆண்டுகள் நாங்கள் நண்பர்களாக இருந்தோம். எங்களின் நட்பிற்கு அடிப்படையாக இருந்தது இலக்கியம்; இலக்கியம் மட்டுமேதான். நான் முதலில் அவர் நடத்திய 'எழுத்து' சிற்றேட்டின் வாசகனாகவும் பின்பு இலக்கியங்களைப் பற்றி விவாதிப்பவனாகவும் அதன் காரணமாகச் சண்டைபோடும் தோழனாகவும் அவரின் படைப்புகளை வெளியிடும் பதிப்பாளனாகவும் இருந்திருக்கிறேன். கிட்டத்தட்ட முப்பத்து நான்கு ஆண்டுகள்! அவர் மூலமாக நான்

ந. பிச்சமூர்த்தி, பி.எஸ். ராமையா, பார்த்தசாரதி, மௌனி, ந. சிதம்ப சுப்ரமணியம், கு. அழகிரிசாமி, ஏ.கே. ராமானுஜம், சி. கனகசபாபதி, தருமு சிவராமு, வெங்கட் சாமிநாதன், ந. முத்துசாமி, சி. மணி, சிட்டி – இவர்களைச் சந்தித்தும் பழகியும் இருக்கிறேன். கடைசி நான்கு பேர் தவிர மற்றவர்கள் காலமாகிவிட்டார்கள்.

சி. சு. செல்லப்பா எழுதியவற்றில் முக்கியமானவை எல்லாமே நூல்களாக வெளிவந்துவிட்டன. ஆனாலும் அச்சிடப்பட வேண்டியவை இன்னும் நிறையவே இருக்கின்றன. கிட்டத்தட்ட இரண்டாயிரம் பக்கங்கள் அச்சிடப்படவேண்டியவை உள்ளன. எனக்குத் தெரிந்தவரை, அச்சிடப்படாமல் இருப்பவை, 'தீபம்' திங்களிதழில் சி. சு. செ. எழுதிய எழுத்துக்காலம் என்ற தொடர்கட்டுரை. அது தீபத்தில் பாதியோடு நின்றுவிட்டது. மிச்சப்பகுதி இன்றும் கையெழுத்துப் பிரதியாகவே உள்ளது. 1970இல் 'எழுத்து' நின்றுவிட்டது. கொஞ்சகாலம் கழித்து 'சுவை' என்ற மாத இதழைத் தொடங்கினார். அதுவும் முதல் இதழோடு நின்றுவிட்டது. தன் வாழ்நாளில் பெரும் பகுதியைச் சென்னையில் கழித்த சி. சு. செ., 'எழுத்து' நின்றுவிட்ட பிறகு தன் சொந்த ஊரான வத்தலகுண்டுக்குப் போய்க் குடியேறினார். அங்கே இரண்டு மூன்று ஆண்டுகள் குடியிருந்தார். அங்கு அவரால் தங்கி இருக்க முடியவில்லை. அவர் வாழ்ந்த கிராமம் தலைகீழாக மாறிவிட்டிருந்தது. அங்கு அவருக்கு இலக்கியம் பேசுவதற்கு ஆள் கிடைக்கவில்லை.

இங்கு ஒன்றைச் சொல்ல விரும்புகிறேன். சி. சு. செ. இருபத்து நான்கு மணிநேரமும் இலக்கியம்தான் பேசுவார். அவருக்கு யதார்த்த வாழ்க்கை என்னவென்று தெரியாது இது ஒரு பெரிய ஐரனி! இலக்கியம் என்பது மனித வாழ்க்கையின் பிரதிபலிப்புத்தான் என்று எடுத்துக்கொண்டால் – சி. சு. செ.வுக்கு மனித வாழ்க்கை என்ன என்பது பற்றித் தெரியாது! இதை நான் துணிந்து சொல்வதற்குக் காரணம் அவர் சொந்த வாழ்க்கையைப் பற்றி நிறையவே தெரிந்து வைத்திருக்கிறேன் என்பதினால். அவருக்கு மனிதர்களுடன் சண்டை போடாமல் இருக்க முடியாது. அவருடன் மிக நெருங்கிப் பழகியவன் நான். அவரிடம் நெருங்கிப் பழகியவர்கள் ஒவ்வொருவராய் அவரிடமிருந்து போய்விட்டார்கள். நான் மட்டுமே அவருடன் இருந்தேன். ஆனாலும் அவர் இறப்பதற்கு முந்தைய இரண்டு ஆண்டுகளில் எங்களுக்கிடையே பேச்சுவார்த்தை அற்றுப்போய்விட்டது.

இப்படி, வாழ்க்கையின் யதார்த்தத் தளத்தில் இயங்க முடியாத சி. சு. செ., யாரைச் சந்தித்தாலும், எப்பொழுதும் இலக்கியம் பேசிவந்தவர். ஆகவே இவர் இந்த விதத்தில் அபூர்வமானவர். நான் அவர் மூலம் அறிந்த எழுத்தாளர்களை மனத்தில் கொண்டுதான் சி. சு. செ. அபூர்வமான மனிதன் என்கிறேன். இத்தகைய குணம் கொண்ட சி. சு. செல்லப்பாவினால் 'இலக்கியச் சூன்யமாக' இருக்கும் வத்தலகுண்டுவில் எப்படி இருக்க முடியும்?

சி. சு. செ. தன் இளமைக்காலத்தில் வாழ்ந்திருந்த வத்தலகுண்டு அழகாக இருந்தது. வத்தலகுண்டுக்கு நான் வந்தால் குறைந்தது ஒரு வாரமாவது தங்கியிருக்க வேண்டும் என்ற நிபந்தனையைப் போட்டிருந்தார். வத்தலகுண்டு அமைதியான ஊர்; தெருவிலிருந்து பார்த்தால் வெகுதூரத்திற்குக் கொடைக்கானல் மலைத் தொடர்ச்சி தெரியும். மாலை நேரத்தில் குளிர்ந்த காற்று. நான் அவர் சென்னையில் வாழ்ந்திருந்த இடத்தை மனத்திற்குள் ஒப்பிட்டுப் பார்ப்பேன். இரைச்சல் மிக்க, குப்பை கூளங்கள் மண்டிய தெரு. இங்கே செல்லப்பாவால் சௌகரியமாக இருக்க முடிந்தது!

வத்தலகுண்டுவில் இருக்கும்போது அவரின் அன்றாட வாழ்க்கை இப்படி இருக்கும்: காலையில் தோட்டத்தில் வேலை செய்வார்; பின்பு எழுதுவார், படிப்பார். சென்னையிலிருந்தபோது அவரைப் பார்க்க வருபவர்கள் அநேகர் உண்டு; இலக்கியக் கூட்டங்களுக்குப் போவார். பிச்சமூர்த்தி, சிட்டி, ராமய்யா போன்றோரைப் பார்ப்பார். நூலகங்களுக்குப் போவதைத் தன் கடமையாகக் கொண்டிருந்தார்; இலக்கிய நண்பர்கள், கூட்டங்கள், நூலகங்கள் இல்லாத வத்தலகுண்டுவில் தன் வாழ்நாளை வீணடிப்பதான உணர்வு செல்லப்பாவுக்கு அதிகமாகிக்கொண்டிருந்தது.

வத்தலகுண்டுவில் சி. சு. செ. எழுதியது என்னவென்றால், வெங்கட் சாமிநாதன், தருமு சிவராமூ, க. நா. சு. இவர்கள் பத்திரிகையில் தன்னைக் குறிப்பிட்டு எழுதியவற்றுக்கு மறுப்புரையாகப் பல நூறு பக்கங்கள் எழுதினார். நான் வத்தலகுண்டுவுக்குப் போகும் போதெல்லாம் அவற்றை எனக்குப் படித்துக்காட்டுவார். தான் எழுதியவற்றைத் திருத்தித் திருத்தி எழுதினார். இப்படிப் பல தடவை திருத்தி எழுதப்பட்ட ஆயிரம் பக்கத்திற்கும் மேலாக உள்ள எழுத்துகள் இன்றுவரை அச்சேறவில்லை.

இவை அச்சிடப்பட்டு நூல்களாக வெளிவர வேண்டுமா என்று கேட்டால், வெளிவந்தால் நல்லதுதான் என்பேன். ஏனெனில் அவை சி. சு. செல்லப்பா என்ற தனிமனிதனின் பதில்கள் அல்ல. அவை இலக்கியம் சம்பந்தமானவை, அதாவது கொள்கை சம்பந்தமானவை; இலக்கிய ரசனை சம்பந்தமானவை. இலக்கிய அணுகுமுறை சம்பந்தமானவை. அவர் வாழ்நாளில் இறுதிக்காலத்தின் இரண்டாண்டுகள் எனக்கும் அவருக்கும் சுமுகமாக இல்லை என்பதால் அவரின் கையெழுத்துப் பிரதிகளை வாங்கிக்கொள்ள மறுத்துவிட்டேன். அவை வெளிவந்தால் இருபதாம் நூற்றாண்டுத் தமிழ் இலக்கிய வரலாற்றின் ஆவணங்களாகத் திகழும் என்பதில் எனக்கு ஐயமில்லை.

சி. சு.செவின் சொந்த வாழ்க்கையைப் பற்றிப் பேச வேண்டுமெனில் பேசக்கூடியது ஒன்றும் இல்லை என்றுதான் சொல்லுவேன். அவர் கல்லூரி மாணவனாக இருந்தபோது, சுதந்திரப் போராட்டத்தில் ஈடுபட்டுச் சிறை சென்றார். பின்பு அவர் வாழ்க்கை

எழுத்துலகிலேயே கழிந்தது. அவர் அடிக்கடி பெருமையாகச் சொல்லிக்கொள்வார், 'நான் சங்கு சுப்ரமணியம் நடத்திய 'காந்தி' பத்திரிகையில்தான் எழுத்தாளனாகப் பிறந்தேன்' என்று. 'எழுத் தாளனாகத்தான் இருப்பேன்' என்ற முடிவை எடுத்தவர் எடுத்தவர் தான். வாழ்க்கையில் பள்ளங்களிடையே மாட்டிக் கொண்டபோதிலும் தன் முடிவு சரியில்லை என்று எந்தக் காலத்திலும் வருத்தம் அடைந்தது கிடையாது.

க. நா. சு. நடத்திய 'சந்திரோதயம்', 'சூறாவளி' பத்திரிகைகளில் உதவியாசிரியராக இருந்தார். பின்பு 'தினமணி'யின் ஞாயிறு இதழைத் தொடங்கி, அதற்குத் 'தினமணிகதிர்' என்று பெயரைச் சூட்டி அதன் ஆசிரியராக இருந்தார். அவர் எழுதிச் சம்பாதித்ததே கிடையாது. அவர் 1959இல் 'எழுத்து' பத்திரிகையை ஆரம்பித்தார். இதுகூட ஏதோ திட்டமிட்டுத் தொடங்கப்பட்டதல்ல. சுதேசமித்திரன் 1958 அல்லது 1957 தீபாவளிச் சிறப்பிதழில் தமிழ்ச் சிறுகதைகளைப் பற்றிய இரண்டு கட்டுரைகள் வெளிவந்தன. தமிழ்ச் சிறுகதை வளர்ந்திருக்கிறது என்று அகிலனும், வளரவில்லை என்று க. நா. சுவும் (அல்லது வேறு யாரோ. யார் என்பதை என்னால் சரியாக நினைவுகூர முடியவில்லை.) எழுதியிருந்தார்கள். சி. சு. செல்லப்பாவின் மறுப்புக் கட்டுரையைப் போடாமல் சுதேசமித்திரன் கதவை அடைத்துவிட்டது. அப்பொழுது அவருள் எழுந்த தார்மீகக் கோபத்தால்தான் வந்தது 'எழுத்து'.

'எழுத்து' முதல் இதழ் 1959இல் ஜனவரியில் வந்தது. அட்டை கூடக் கிடையாது. இது ஒரு பத்திரிகைதானா என்றுகூட ஐயம் எழுந்தது. ஆனால் மிகமிகச் சாதாரணமாகத் தோற்றமளித்த இந்த இதழ்தான் சென்ற நூற்றாண்டின் பிற்பாதியில், பத்தாண்டு காலத்திற்குத் தற்காலத் தமிழ் இலக்கிய உலகில் மகத்தான சாதனை செய்தது. இதை அவரேகூட எதிர்பார்க்கவில்லை. பணபலமும் புகழ்பலமும் இல்லாத ஒருவரால் எப்படி இதைச் சாதிக்க முடிந்தது? இலக்கியத்தில் அவர் கொண்டிருந்த அசாத்திய ஈடுபாடு தந்த ஆன்மபலம்தான் காரணம். 'எழுத்து'வின் முதல் இதழின் முதல் சொற்றொடர் இப்படி இருந்தது, "முழுக்க முழுக்கக் கருத்தாழமும் கனமும் உள்ள ஒரு இலக்கியப் பத்திரிகையை இந்தப் பாமரப் பிரியமான பத்திரிகைப் பரப்புக் காலத்தில் ஆரம்பிப்பது ஒரு சோதிக்கிற முயற்சிதான்".

முதல் இதழில் க. நா. சு., மயன், ந. பிச்சமூர்த்தி, சிட்டி, பெ. கோ. சுந்தர்ராஜன், ந. சிதம்பர சுப்ரமணியன், சாலிவாகனன், தி. ஜானகி ராமன், சி. சு. செல்லப்பா ஆகியவர்களின் எழுத்துகளைத் தாங்கி வந்தது. இவர்களெல்லாம் தன் பத்திரிகையில் தொடர்ந்து நிறையவே எழுதுவார்கள் என சி. சு. செ. எதிர்பார்த்தார். ஆனால் அவர்கள் ஒத்துழைப்புத் தராமல் போய்விட்டது அவருக்கு ஒரு சோகமான அனுபவமாகும். ஆனால் சி. சு. செ. மனம் தளரவில்லை. சி. சு. செவுக்குக்

கடைசிவரை துணையாகவும் ஆலோசகராகவும் இருந்தவர் ந. பிச்சமூர்த்திதான்.

சி. சு. செவின் மூலம்தான் எனக்கு ந.பியுடன் நெருங்கிய நட்பு ஏற்பட்டது. ந. பி. மிக அற்புதமான மனிதர்! எவருடைய மனமும் புண்படாமல் மறுப்புக் கருத்துகளைச் சொல்லும் அந்தப் பண்பாடு, வறுமையை வெளிக்காட்டிக்கொள்ளாமல் இருக்கும் அந்த மனத் திண்மை – மிகமிக அற்புதமான மனிதர். ந. பி. நான் கண்ட ஞானி! இந்த ஞானியுடன் பழகும் பேறு சி. சு. செ. மூலமாக எனக்குக் கிடைத்தமையால் இருவரையும் நான் என்றென்றும் மறவேன்!

ஒருவிதத்தில் ந. பி., சி. சு. செவிற்கு நேர்மாறானவர். ந. பிக்கு இலக்கியத் தைவிட வாழ்க்கைதான் முக்கியம்! அவருக்குத் தத்துவத்தில் ஆழ்ந்த ஈடுபாடுண்டு! சி. சு. செவுக்குக் கிஞ்சித்தும் கிடையாது. ந.பிக்கு பக்தி இலக்கியங்களில் ஈடுபாடுண்டு; சி. சு. செ. தேவாரம், திருவாசகம், நாலாயிர திவ்ய பிரபந்தம் முதலியவற்றைத் தொட்டதுகூடக் கிடையாது. ஆனால் சங்க இலக்கியத்தைப் படித்தவர். பாரதியைப் படித்தவர்.

'எழுத்து' இலக்கிய விமர்சனத்திற்காகத்தான் தோற்றுவிக்கப் பட்டது. முதல் இதழில் ந. பியின் 'பெட்டிக்கடை நாராயணன்' என்ற யாப்பில்லாக் கவிதை வெளியிடப்பட்டது. மயன் (க. நா. சுவின் புனைபெயர்களில் ஒன்று) எழுதியதும் வெளிவந்தது. 'பெட்டிக் கடை நாராயணன்' இப்போது புதுக்கவிதை என்று ஏற்றுக் கொள்ளப்பட்ட யாப்பில்லாக் கவிதைக்கு வித்திட்டு திருப்புமுனை யாக அமைந்துவிட்டது. சி. சு. செவின் இலக்கிய நண்பர்கள் ஒத்து ழைப்புத் தராமல் ஒதுங்கிக்கொண்டது நல்லதிற்காகத்தான் எனக் காலம் நிரூபித்துவிட்டது. ஏனென்றால் சி. சு. செவினால் 'எழுத்'தில் புதியவர்கள் எழுதினார்கள். பிற்காலத்தில் இவர்கள் தமிழ் இலக்கி யத்தில் தடம் பதித்தவர்களானார்கள். தருமு சிவராமு, வெங்கட் சாமிநாதன், சி. மணி, ந. முத்துசாமி, சி. கனகசபாபதி, வைத்தீஸ்வரன், தி. சோ. வேணுகோபால் ஆகியோர் அவர்களில் சிலர்.

இன்றைக்கு 'எழுத்'தைப் பின்நோக்கிப் பார்த்தால் அது எந்த அளவுக்கு வரலாற்று முக்கியத்துவம் வாய்ந்ததாகிவிட்டது என்பது புலனாகிறது. தமிழில் முதன்முலாகச் 'சிற்றேடு' என்ற கலாச்சாரத்தை 'எழுத்து'தான் நிறுவியது, சிற்றேடுகள்தான் இலக்கியத்தை வளர்க்க முடியும். இது உலகமெங்கும் காணப்படும் உண்மை நிலை. சிற்றேடுகள்தான் நிலைத்து நிற்கக்கூடிய இலக்கிய விழுமியங்களுக்குக் களனாக இருக்க முடியும், புதிய சிந்தனைக்கு இடம் கொடுக்கும். இலக்கியச் சோதனைகளுக்கு வரவேற்பு கொடுத்து உற்சாகப்படுத்தும். சுத்த இலக்கியமில்லாத துறைகளும் இலக்கியத்தைச் செழுமைப்படுத்து வதால் அவற்றிற்கும் சிற்றேடுகள்தான் மேடை அமைத்துக்கொடுக் கின்றன. இதுதான் சிற்றேடு கலாச்சாரம் என்பது. எழுத்தைப் பின்பற்றி சிற்றேடுகள் வந்தன! 'இலக்கிய வட்டம்' 'நடை', 'கசடதபற'

'அஃ', 'ஞானரதம்' – பட்டியல் நீண்டு கொண்டே போகிறது. இன்றைய இலக்கியச் சிற்றேடுகள் 'எழுத்து' தோற்றுவித்த மரபிலிருந்து வந்தவைதான்.

இலக்கிய விமர்சனத்தை ஒரு துறையாக வளர்க்கவும் வித்திட்டது 'எழுத்து'தான்! இன்று புதுக்கவிதையை எதிர்ப்பாரில்லை; ஆனால் நாற்பதாண்டுகளுக்கு முன்பு புதுக்கவிதை கிண்டலுக்கும் கேலிக்கும் இலக்காக இருந்தது. சி.சு.செல்லப்பா எப்படியெல்லாம் கேவலமான ஏளனத்திற்கு ஆளானார் என்பதை வேறொரு இடத்தில் பேசினேன். அது கணையாழி இதழில் வெளியிடப்பட்டது. அதை இங்கு மீண்டும் சொல்லி உங்கள் நேரத்தை எடுத்துக்கொள்ள விரும்பவில்லை. அவரைக் கருத்தரங்கங்களில் அவமானப்படுத்தியதை நானும் சேர்ந்து அனுபவித்திருக்கிறேன். பண்டிதர்களிடமிருந்து கண்டனம் வந்ததை என்னால் புரிந்துகொள்ள முடிந்தது. 'ஈராயிரம் ஆண்டுகாலத் தமிழ்க் கவிதையைக்' கெடுக்கிறான் செல்லப்பா, என்றார்கள். கம்யூனிஸ்ட்டு களும் எதிர்த்தார்கள். சி. சு.செவும் க. நா. சுவும் அமெரிக்காவின் கைக்கூலிகள்; சி. ஐ. ஏ ஏஜெண்ட் என்றார்கள். இந்தப் புதுக்கவிதை உருவத்தை அமெரிக்காவைச் சேர்ந்த வால்ட் விட்மன் அறிமுகப்படுத் தினார். 'எழுத்'தின் மிக முக்கியமான சாதனை புதுக் கவிதையை நிலைநிறுத்தியதுதான்.

சி. சு. செ. எப்பேர்ப்பட்ட படிப்பாளி என்று அவருடன் பழகிய பிறகு சிலர்தான் அறிவார்கள்! 'எழுத்து' விமர்சனத்திற்கான பத்திரிகை என்ற முடிவை சி. சு. செ. எடுத்தவுடன், ஒரு வெறியோடு ஆங்கிலத் திலுள்ள திறனாய்வு நூல்களை இரவுபகலாகப் படித்தார். சென்னை யிலுள்ள பிரிட்டிஷ் கவுன்சில் நூலகம், அமெரிக்கன் நூலகம், சென்னைப் பல்கலைக்கழக நூலகம் ஆகிய நூலகங்களில் பழியாகக் கிடந்து குறிப்புகள் எடுத்தார். இலக்கியத் திறனாய்வில் தன்னைத் தகுதிப்படுத்திக்கொள்வதற்காக அவர் எடுத்துக்கொண்ட முயற்சி அசாதாரணமானது. 'எழுத்து' பத்திரிகையோ ஓகோவென்று ஓடவுமில்லை. பத்திரிகை நடத்துவதற்காகத் தன் பொருள்களை விற்றிருக்கிறார். 'எழுத்து' புதுக்கவிதைக்காகத் தடம் மாறியபோது ஆங்கிலத்திலுள்ள கவிதைகளைப் படித்தார். வெறியோடு படித்தார். தொல்காப்பியம், யாப்பிலக்கணம், தண்டியலங்காரம் போன்ற தமிழ் நூல்களைப் படித்தார். தான் படித்த கவிதைகளை, விமர்சனங்களை ந. பிச்சமூர்த்தியிடம் பேசுவார், விவாதிப்பார். இவற்றால் இவருக்கு ஏதாவது இலாபம் – வருமானம் கிடைத்ததா? இல்லை எனபதுதான் சோகம். ஆனால் சி.சு.செ. கவலைப்படவில்லை.

கல்லூரிகளிலும் பல்கலைக்கழகங்களிலும் தற்காலத் தமிழ் இலக்கியம் இடம்பெற வேண்டும் என்பதில் முனைப்பாக இருந்தார். அந்தக் காலத்தில் இம்முயற்சிகளை எழுத்தாளர்களே ஏளனமாக எதிர்கொண்டனர். இந்த விவகாரத்தில் சி. சு. செவுக்கு உறுதுணையாக இருந்தவர் காலம் சென்ற சி. கனகசபாபதி. அப்போது அண்ணா

சாலையிலுள்ள அரசினர் ஆடவர் கல்லூரியில் கனகசபாபதி விரிவுரையாளராக இருந்தார். நான் சி. சு. செவின் வீட்டிற்கு அநேகமாக நாள்தவறாமல் மாலை ஐந்து மணிக்குப் போய்விடுவேன். இரவு பத்து மணிக்குத்தான் வீடு திரும்புவேன். கனகசபாபதி சி. சு. செவைப் பார்க்க அடிக்கடி வந்துவிடுவார். 'எழுத்'தில் புதுக்கவிதையைப் பற்றியும் பாரதிதாசனைப் பற்றியும் ஏராளமான கட்டுரைகளை எழுதியுள்ளார். அவற்றில் முக்கியமாகக் குறிப்பிட வேண்டியவை, சங்ககாலக் கவிதைக்கும் புதுக்கவிதைக்குமுள்ள மரபுத் தொடர்ச்சியை நிரூபித்துக்காட்டிய கட்டுரைகளாகும். சி. சு. செ. காந்தியவாதி; கனகசபாபதி மார்க்சியவாதி. ஆனாலும் அவர்கள் புதுக்கவிதை விஷயத்தில் ஒன்றாகவே செயல்பட்டனர். இவர் மதுரை காமராசர் பல்கலைக்கழகத்தில் பணியாற்றியபோது பாடத்திட்டத்தில் தற்காலத் தமிழிலக்கியங்களான சிறுகதை, நாவல், புதுக்கவிதை ஆகியவற்றை இடம்பெறச் செய்தவர். ந.பியை அழைத்துக் கருத்தரங்கம் நடத்தினார் கனகசபாபதி.

சி. சு. செ. படிப்பதிலும், எழுதுவதிலும் ஆர்வமுள்ளவராகவே இருந்தார். 'எழுத்து' விற்பனை குறையத் தொடங்கியது. சென்னை யிலுள்ள சின்னச்சின்னப் பெட்டிக்கடைகளுக்கெல்லாம், சி. சு. செ., ந. முத்துசாமி, நான் ஆகியோர் கால்நடையாகவே சென்று 'எழுத்து' பத்திரிகை விற்கக் கொடுத்திருக்கிறோம். நாங்கள் கால்நடையாகச் சென்ற தூரத்தைக் கூட்டிப் பார்த்தால் நூற்றுக்கணக்கான மைல்கள் வரும்! சென்னையின் உக்கிரமான வெயிலில், கோலி சோடா வாங்குவதற்குக்கூட காசு இல்லாமல் நா வறட்சிக் கொள்ள நடந்திருக் கிறோம். ந. முத்துசாமியின் உற்சாகமோ தொத்துவியாதி போன்றது. செல்லப்பா, எழுத்துப் பிரசுரம் என்று ஒன்றைத் தொடங்கி, புத்தகங் களை வெளியிட்டார். அந்தப் புத்தகங்களைப் பைகளில் போட்டுத் தன் கைகளில் சுமந்து தமிழ்நாட்டின் மூலை முடுக்குகளிலுள்ள பள்ளிக்கூடங்கள் கல்லூரிகளின் படிகளில் ஏறி இறங்கினார்.

இதற்காக இவரைக் கண்டு இரக்கம் கொண்டவர்களும் உண்டு; இளக்காரமாகப் பேசியவர்களும் உண்டு; இப்படி ஒவ்வொரு பள்ளிக்கூடமாகத் தன் வெளியீடுகளை விற்கச் சென்றபோது நாமக்கல் அரசுப் பள்ளியில் அப்போது கணித ஆசிரியராக இருந்த கிருஷ்ண மூர்த்தியைச் சந்தித்தார். பழுப்பேறிய கதர் வேட்டி, சட்டையிலிருக்கும் இந்த மனிதரின் எளிய தோற்றம் கிருஷ்ணமூர்த்தியை வெகுவாகக் கவர்ந்தது. சி. சு. செவுக்குப் பல விதங்களில் பலமாகத் திகழ்ந்தவர் ப. கிருஷ்ணமூர்த்தி. கிருஷ்ணமூர்த்தி தமிழ் இலக்கியத்தில் நல்ல ஞானமும், பலதுறை அறிவும் கொண்ட சிறந்த சொற்பொழிவாளர். இன்று புதுக்கோட்டை மாவட்டம் மற்றும் சுற்றுப்புற மாவட்டங்களில் 'ஞானாலய' கிருஷ்ணமூர்த்தி அவர்களை அறியாத இலக்கிய வட்டங்கள், தொண்டர் குழுக்கள் கிடையா. கடந்த முப்பத்தாறு ஆண்டுகளாகத் தான் சேகரித்த அரிய தமிழ் நூல்கள், இலக்கியப்

பத்திரிகைகளைக் காப்பாற்றிப் பதிவுசெய்யப்பட்ட அறக்கட்டளை நிறுவனமாக 'ஞானாலய' என்ற நூலகமாக வைத்துள்ளார். இன்று உள்நாட்டு, வெளிநாட்டு ஆராய்ச்சியாளர்களுக்குப் பெரிதும் உதவியாக இருக்கின்றது. தென்மாவட்டங்களில் சி. சு. செவின் பெயர் பரவுவதற்குப் புதுக்கோட்டை 'ஞானாலய' கிருஷ்ணமூர்த்தியின் பங்கு மிகப் பெரியது.

சி. சு. செவின் 'வாடிவாசல்' தற்காலத் தமிழ் இலக்கியத்தில் மிக முக்கியமான பங்களிப்பாகும். சி. சு. செ. தன்னை மதுரைக்காரர் என்று சொல்லிக்கொள்வதில் மிகவும் பெருமைப்பட்டுக்கொள்வார். அவரது சிறுகதைகளில் மதுரை மண்வாசனை அதிகமாகவே இருக்கும். அவர் தேவர் சமூகத்தினருடன் நெருங்கிப் பழகினவர். அவர்களின் பழக்கவழக்கங்களை நன்கு அறிந்தவர். அவர்களைப் பற்றிப் பேசத் தொடங்கிவிட்டால் தன்னையே மறந்துவிடுவார். அவர்களின் முரட்டுத்தனம், முன்கோபம், கொடூரம், நட்புக்காக உயிரையே கொடுக்கும் பண்பு, நம்பிக்கைக்கும் விசுவாசத்திற்கும் அவர்கள் கொடுக்கும் அசாதாரணமான மனவுறுதி என்று பேசிக் கொண்டே யிருப்பார்.

இப்படி சி. சு. செ. மதுரை என்றால் தேவர் என்றும் தேவர் என்றால் மதுரை என்றும் கொண்டவர். அதனால்தான் அவரின 'வாடிவாசல்' நாவலும் 'முறைப் பெண்' நாடகமும், மூன்று பாகங்களைக் கொண்ட ஆயிரம் பக்கங்களுக்கு மேலான 'சுதந்திர தாகம்' என்ற நாவலும் தேவர் சமூகத்தினரைக் கதாபாத்திரங் களாகக் கொண்டிருக்கின்றன. க. நா. சு. நடத்திவந்த 'சந்திரோதயத்தில்' 'வாடிவாசல்' தொடர்கதையாக வெளிவந்தது.

வாடிவாசலுக்கு அவர் எடுத்துக்கொண்ட கள ஆராய்ச்சியைப் பற்றி எழுதினாலே அது ஒரு சிறந்த இலக்கியம் என்பது புலனாகும். 'வாடிவாசல்' மதுரை மற்றும் அதன் சுற்றுப்புற இடங்களில் நடைபெறும் 'ஜல்லிக்கட்டு' விளையாட்டை மையமாகக் கொண்ட கதை. இந்த விளையாட்டில் பங்கேற்றுக் காளைகளை அடக்க முயலும் இளைஞர்கள் இறந்துபோவது என்பது சாதாரணமாக ஏற்றுக்கொள்ளப்பட்டதாகும். ஸ்பெயினில் நடக்கும் 'புல்ஃபைட்' அதாவது 'காளையுடனான சண்டை'க்கும் ஜல்லிக்கட்டுக்கும் மிகப்பெரிய வேறுபாடு உண்டு. ஜல்லிக்கட்டுக்காகத் தேர்ந்தெடுக்கப் பட்ட உயர்சாதிக்காளைகள் கொழுகொழுவென்று வளர்க்கப்படும். அவை எப்படி வளர்க்கப்படுகின்றன என்பதைப் பற்றி சி. சு. செ. சொல்வது கேட்பவருக்கு அச்சமூட்டுவதாக இருக்கும். ஆண் மனித வாசனையை நுகராதபடிக்குக் காளை வளர்க்கப்படுமாம். ஜல்லிக்கட்டு போட்டி தொடங்குவதற்கு முன் வாடிவாசலிலிருந்து காளையை விடுவிக்கும்போதுதான் அது ஆண் மனித வாசனையை முதன்முதலாக நுகருமாம். அப்போது அது மிரண்டுபோய் சீறிப் பாயுமாம்! அதன் கொம்புகள் நன்றாகக் கூர்மையாகச் சீவப்பட்டிருக்கும். அந்தக்

கொம்புகள் எவர் மேலும் இலேசாக உராய்ந்தாலே போதும், அவரின் குடல் கிழிபட்டு மாலைமாலையாக வெளியில் விழுந்து விடுமாம்! ஜல்லிக்கட்டு, மிருகத்திற்கும் நிராயுதபாணியான மனிதனுக்கும் நடக்கும் சண்டை; ஸ்பெயின் காளைச்சண்டை அப்படி அல்ல! காளை இறுதியில் கொல்லப்பட்டு அதன் இறைச்சி பரிசாக விருந்தில் பரிமாறப்படும்.

வாடிவாசலை எழுதுவதற்காகச் சி. சு. செ. ஜல்லிக்கட்டுகளைப் பார்த்தார். அந்தக் காலத்து ஒரு 'டப்பா' காமிராவைக் கொண்டு பல படங்கள் எடுத்தார். இந்தப் படங்கள் எடுத்துப் பல ஆண்டுகள் கழிந்த பின்பும் அவற்றை ஒவ்வொன்றாகக் காட்டி, அது எடுத்த முறை, எந்த இடத்தில் எடுத்தது என்று விளக்கமாய் என்னிடம் சொல்லும்போது அவர் உணர்ச்சிவயப்பட்டுப்போவார். அப்படியொரு பிடிப்பு தன் சொந்த மண்ணின் மேல். அவர் சென்னையில் வாழ்ந்து கொண்டிருந்தாலும் மனத்தளவில் மதுரை மாவட்டத்தில் வாழ்ந்தவர்.

பல ஆண்டுகள் சென்னையில் வாழ்ந்துவிட்டு, 'எழுத்'தைத் தொடர்ந்து நடத்தமுடியாமல் போய்விட்ட பிறகு வத்தலகுண்டுக்குப் போய்த் தன் இறுதிக் காலத்தைக் கழிக்கும் முடிவை என்னிடம் சொன்னார். அப்போது அவருக்குப் பணக் கஷ்டம் வேறு. பணக் கஷ்டத்தைவிட 'எழுத்'தைத் தொடர்ந்து நடத்த முடியவில்லையே என்ற வருத்தம்தான் அவர் மனத்தை அரித்துக்கொண்டிருந்தது.

"வத்தலகுண்டுவுக்குப் போய்விடப்போகிறேன். என்னைப் பொருத்த வரையில் உலகம் என்பது உருண்டையென்று நிரூபணமாகிவிட்டது. நான் புறப்பட்ட இடத்திற்கே திரும்பப் போகிறேன்" என்றார். வத்தலகுண்டு அவர் இல்லாத முப்பதாண்டுகளில் எவ்வளவு மாறி விட்டது என்பதை அங்கே போனபிறகுதான் உணர்ந்தார். அவர் மிகவும் பெரிதும் பாராட்டிக்கொண்டிருந்த 'கமலாம்பாள் சரித்திரம்' நாவலில் வரும் வத்தலகுண்டு மஞ்சள் ஆறு காணாமல் போய்விட்டது. வத்தல குண்டுவில் நான் முதன்முதலாக அவருடன் தங்கியிருந்தபோது என்னை ஊர்த் தெருக்கோடிக்கு அழைத்துப் போனார். அங்கிருந்து வயல்பரப்பை நோக்கி அவர் செல்ல, நான் பின்தொடர்ந்து நடந்தேன். கண்ணுக்கு எட்டிய தூரம்வரை பசுமை போர்த்திய வயல்கள். கொஞ்ச தூரம் சென்றவுடன் சட்டென்று நின்றார். காலை எட்டி வைத்துவிட்டால் தாண்டிவிடக்கூடிய ஒரு நீரோடையினருகே நின்றோம். சி. சு. செ. சொன்னார், 'இதுதான் மஞ்சள் ஆறு'.

'இது ஆறா என்ன?' என்றேன்.

"ஆமாம். ராஜமய்யரின் 'கமலாம்பாள் சரித்திரத்தில்' வரும் மஞ்சள் ஆறு."

அவர் குரல் என் நெஞ்சை மிகவும் சங்கடப்படுத்தியது. அந்த இடத்தில் நான் அறிந்திராத சி. சு. செவின் ஒரு பரிமாணம் தெரிய

வந்தது. சி. சு. செவின் படைப்புகளில் இயற்கை வர்ணனையைப் பார்க்க முடியாது! எனக்கு இயற்கை பிடிக்கும். மலைகள், ஆறுகள், தோப்புகள் – தன்னந்தனியாளாக இமயமலைச் சாரல், காஷ்மீரம், பத்ரிநாத், கங்கோத்திரி, யமுனோத்திரி, அமர்நாத், கேதார்நாத் இப்படிச் சுற்றித் திரிந்திருக்கிறேன். என் சிறுகதைகளில் இருக்கும் இயற்கை வர்ணனைகளை அவர் ஏற்றுக்கொள்ளாதது என்னுள் வருத்தத்தை ஏற்படுத்தியதுண்டு. சி. சு. செ. இயற்கையை அனுபவிக்க முடியாத, உணர்ச்சியற்ற மரக்கட்டைப் பிண்டம் என எண்ணிக் கொண்டிருந்த நான் அன்று மாலை அவர் அப்படி அல்ல என்று அறிந்து அதிர்ச்சிக்குள்ளானேன்.

மேலும் அவர் ந.பியைப் போல் இரவீந்திரநாத் தாகூரை மிகவும் பாராட்டியது கிடையாது. சி. சு. செ. சொன்னார்: "என்னைப் போல் இயற்கையின் அழகில் ஆழ்ந்துபோய் ஆனந்தமடைந்தவன் கிடையாது. அந்தக் காலத்தில் இப்போது கிடைப்பதுபோல் புத்தகங்கள் கிடைக்காது. வத்தலகுண்டுவில் பி. எஸ். ராமையா இன்னும் சில பேர் சேர்ந்து தம் கைப்பணத்தைப் போட்டுப் புத்தகங்கள் வாங்கிச் சின்ன நூலகம் ஒன்று நடத்தினார்கள். அதை நூலகம் என்றுகூடச் சொல்ல முடியாது. ஐம்பது அல்லது அறுபது நூல்கள் மட்டுமே. ஆகையால் நான் இங்கு வந்துவிடுவேன். மணிக்கணக்காக இந்த மஞ்சள் ஆற்றின் கரைகளின்மேல் மனம் போனபடிக்குச் சுற்றித் திரிவேன்; மரங்களிலிருந்து வரும் சில்வண்டுகளின் ரீங்காரத்தை என்னை மறந்து கேட்டுக்கொண்டிருபேன். விட்டுவிட்டு ஒலிக்கும் அவற்றின் ரீங்காரத்தில் இருக்கும் ஏற்ற இறக்கங்களைச் சலிக்காமல் கேட்பேன்; சருகுகள் விழும் சப்தத்தைக் கேட்டுகொண்டிருப்பேன்; காற்று மரங்களினூடே புகுந்து ஓசை எழுப்புவதைக் கேட்பேன். காற்றின் ஓசை அது புகுந்துவரும் மரத்தின் இலைகளைப் பொருத்திருக்கும். இந்தக் காற்று தென்னைக் கீற்றுகளில் புகுந்து வந்தது; இந்தக் காற்று புங்க, மா இலைகளில் நுழைந்து வந்தது; இந்தக் காற்று அரச / ஆல மர இலைகள் மூலமாக வந்தது எனக் கண்டறிவேன். மரக்கிளைகளில் சிவந்த எறும்புகள் ஒழுங்காக ஊர்வலம்போல் செல்வதையும் மேகங்கள் ஊர்ந்து செல்வதையும் அவற்றின் நிழல்கள் நீர்ப்பரப்பின் மேல் விழுவதையும் பார்த்துக் கொண்டிருப்பேன்."

"இவையெல்லாம் உங்கள் படைப்புகளில் வரவில்லையே ஏன்" என்று கேட்டேன். "வரத்தான் வேண்டுமா என்ன?" "தாகூர் படைப்புகளில் வருகிறதே". "எனக்கு மனத்தின் இயக்கம்தான் முக்கியம். மனித உறவுகள், உணர்ச்சிகள்தான் என் இலக்கியத்திற்கு முதல் இடம்" என்றார். வத்தலகுண்டு கொடைக்கானலுக்குப் போகும் வழியில் இருக்கும் சிற்றூர். ஆனால் இன்றோ அசுரத் தனமாக வளர்ந்துவிட்ட மக்கள் பெருக்கம் கொண்ட நகரமாக மாறிவிட்டது. எத்தனையோ நாள்களில் நாங்கள் காலையில்

வத்தலகுண்டுவிலிருந்து புறப்பட்டுக் கொடைக்கானலுக்குப் போவோம்; மாலை இருட்டும் வேளையில் ஊர் திரும்புவோம். பத்து கிலோமீட்டர் சுற்றளவிலிருக்கும் கொடைக்கானல் ஏரியை வலம் வருவோம். பேரிக்காய்களையும், பலாப்பழங்களையும் தின்றுகொண்டு நடந்து வருவோம். சி. சு. செ. ஓயாமல் பேசிக் கொண்டே இருப்பார். அதுவும் உரக்கப் பேசுவார். 'அதிகமாகப் பேசினால் ஆயுள் குறையும்' என்று எங்கள் பக்கத்தில் பழமொழி ஒன்றுண்டு. அது தவறு என்றோ தான் அதற்கு ஒரு விதிவிலக்கு என்றோ நிரூபித்தவர் சி. சு. செ. ஏனெனில் அவர் எண்பத்தாறு ஆண்டுகள் வாழ்ந்தவர்.

கொடைக்கானலில் சுற்றுலாப் பயணிகள் பார்க்க முடியாத அழகான இடங்களுக்கு அழைத்துச் சென்று காட்டினார் சி. சு. செ. "உனக்குப் பிடித்தமான இடமாக இருக்கும்" என்பார். அது உண்மை யாகவே அப்படித்தான் இருக்கும். சி. சு. செ. எப்போதும் எங்கிருந்தா லும் இலக்கியத்தைப் பற்றிதான் பேசுவார்; சில வேளைகளில் எனக்கு அலுப்பும் ஏற்பட்டதுண்டு. அதுவும் சண்டைபோடுவது போலத்தான் பேசுவார். For C.S. Chellappa literature was an obsession!

எவ்வளவுதான் சி. சு. செவிடம் நான் நெருங்கிப் பழகினாலும் மனத்தளவில் எனக்கும் அவருக்கும் இடைவெளி இருக்கத்தான் இருந்தது. ஆனால் மௌனியிடம் பேசுவது என்றாலே எனக்கு ஒரு சுகனுபவம்! அவரிடம் எதை வேண்டுமானாலும் பேசலாம். அவரிடம் இசையைப் பற்றிப் பேசலாம். அண்டை வீட்டுப் பெண்களைப் பற்றிக்கூடப் பேசலாம்! ஆனால் சி. சு. செவிடம் இலக்கியம் பற்றிதான் பேச முடியும்! அதனால்தான் அவர் 'எழுத்'தில் இலக்கியத்திற்கு மட்டுமே இடம் கொடுத்தார். ஓவியத்திற்கும் மற்றைய கலைகளுக்கும் 'எழுத்'தில் இடம் கொடுக்க மறுத்த தினால்தான் அவருடனிருந்த சி. மணி 'நடை'யைத் தொடங்கினார். 'கசடதபற' ஆரம்பிக்கப்பட்டது; 'யாத்ரா' வெளியிடப்பட்டது. இந்தக் காரணத்தால்தான் வெங்கட் சாமிநாதனை 'சமூகவியல் இலக்கிய விமர்சகர்' என்றார். வத்தலகுண்டில் சி. சு. செவினால் அவர் இறுதிநாள்வரை இருக்க முடியாது என்பதை உணர்ந்தேன்.

வத்தலகுண்டுக்கு நான் முதன்முதலாகப் போனபோது அங்கிருக்கும் அக்கிரகாரத் தெருக்களில் என்னை அழைத்துக்கொண்டு போனார். ஒரு தெருவுக்கு நாங்கள் வந்தவுடன் சட்டென்று சி. சு. செ. நின்றார். "இதோ பார்" என்று எழுத்துப் பொறிக்கப்பட்ட கல்வெட்டைச் சுட்டிக்காட்டினார். "ராஜம் ஐயர் 1872–1972". ராஜமய்யர் வாழ்ந்த வீடு. "அவரின் நூற்றாண்டு விழாவையொட்டி இங்கே பதிக்கப்பட்டது தான் இந்தக் கல்வெட்டு." சில நொடிகள் நின்று அதையே உற்றுப் பார்த்துவிட்டு சி. சு. செ. நடக்கத் தொடங்க, நானும் அவரைப் பின்தொடர்ந்தேன்.

நாங்கள் தெரு வழியாகப் போய்க்கொண்டிருக்கும்போது இரண்டு மூன்று வீட்டுத் தெருத் திண்ணைகளில் சீட்டாடிக்கொண்

டிருந்தார்கள். சி. சு. செ. தன் நடையை வேகப்படுத்தினார். ஒரு வீட்டுத் திண்ணையிலிருந்து ஒருவர், எழுபது வயதிருக்கும் அவருக்கு, தன் வாயிலிருக்கும் வெற்றிலையைத் துப்பக் கீழே இறங்கியபோது சி. சு. செவைப் பார்த்துவிட்டார். "என்னடா செல்லப்பா, வந்து உக்காரேன். ஒரு கை கொறையர்து" என்றார். சி. சு. செ. அவர் சொன்னதைத் தன் காதில் வாங்கிக்கொள்ளாதவராய் மேலும் தன் நடையை வேகமாக்கித் தன் வீட்டை நோக்கிப் போனார்.

நாங்கள் வீட்டை அடைந்ததும் சி. சு. செ. சொன்னார். "வேதாந்தமும் காந்தியின் சத்தியாகிரகமும் பேசப்பட்ட திண்ணைகளில் இப்போது சீட்டாட்டம் நடக்கிறது. 'ஒரு கை குறைகிறது, நீ வாயேன்' என்றாரே அவர், ஹெட்மாஸ்டராக இருந்து ரிடையரானவர்." இந்தச் சூழலில் வத்தலகுண்டுவில் சி.சு.செ. இருக்க முடியாது போனதில் வியப்பில்லை.

பி.எஸ். ராமைய்யாவுக்கு அறுபதாண்டு நிறைவு விழா எடுத்து, சி. சு. செ. மலர் வெளியிட்டார். ராஜமய்யரின் நூற்றாண்டு பிறந்த நாள் விழாவை அவரது சொந்த ஊரான வத்தலகுண்டில் கொண்டாடினார். அவ்விழாவையொட்டித் தன் 'முறைப்பெண்' நாடகத்தை மேடையேற்றினார். இவ்விரண்டு விழாக்களைத் தன்னந்தனியாக அவர் நடத்தின பாட்டைச் சொல்ல வேண்டுமென்றால் அது ஒரு பெரிய கதை போலிருக்கும். அதை விவரமாக என்னிடம் சொல்லியிருக்கிறார். அப்போதுதான் சமூகத்தில் பெரிய மனிதர்களாக மதிக்கப்பட்டவர்களின் உண்மையான ரூபம் தெரிந்ததாக என்னிடம் கூறினார். அவருக்கு மிகக் கசப்பான அனுபவம்தான் ஏற்பட்டது. சுருக்கமாகச் சொல்ல வேண்டுமென்றால் எவரெல்லாம் விழா எடுப்பதற்கு மிகுந்த உற்சாகத்தோடு ஆலோசனையும் திட்டங்களையும் வாக்குறுதிகளையும் அள்ளிஅள்ளிக் கொடுத்தார்களோ – நெடுங்கால நண்பர்கள் உள்பட – அவர்களெல்லாம் சி. சு. செவை நட்டாற்றில் விட்டுவிட்டுப் போய்விட்டார்கள்.

இப்படி அடிவாங்கினாலும் சி. சு. செ. கனவுகள் காண்பதில் சலிப்படைந்தது இல்லை. 'மணிக்கொடி' பொன்விழாவைப் பெரியளவில் நடத்த வேண்டுமென்று திட்டமிட்டார்; அவருடைய இன்னொரு கனவு தமிழ்ச் சிறுகதைகளுக்கென்றே ஓர் ஆராய்ச்சி நிறுவனம். அதற்கு வெள்ளோட்டமாக அவர் குடியிருக்கும் தெருவிலுள்ள தனியார் நடத்தும் ஆரம்பப் பள்ளியில் ஒருநாள் கருத்தரங்கு நடத்தினார். சிற்றுண்டி, பகலுணவு, தேநீர், மாலை, இனிப்புகள் வழங்கி நடத்தினார். தன் சொந்தச் செலவில். அந்த நிறுவனத்தின் நோக்கத்தைத் தன் தலைமைச் சொற்பொழிவில் கூறினார்:

"இலட்சக்கணக்கில் தமிழில் சிறுகதைகள் வெளியிடப்பட்டுள்ளன. இனியும் வெளியிடப்படும். அவையெல்லாம் தொகுக்கப்பட்டு ஆய்வு செய்வதற்காக ஓரிடத்தில் சேகரிக்கப்பட வேண்டும்.

சிறுகதைகளை எத்தனையோ முறைகளில் ஆய்வு செய்யலாம். வட்டார அடிப்படையில், ஒவ்வொரு சமூகத்தினர் வாழ்க்கை அடிப்படையில்; இலக்கிய அடிப்படையில்; அரசியல் அடிப்படை யில்; உளவியல் அடிப்படையில்; பொருளாதார அடிப்படையில்; சமூகவியல் அடிப்படையில்... இப்படி...” ஆனால் அவரின் கனவு நனவாகவில்லை.

சி. சு. செவைப் பற்றிப் பேசுவதற்கு நிறையவே இருக்கின்றன. அவரின் மணிக்கொடி கால அனுபவம், க. நா. சுவுடனான அனுப வம், ‘சுதந்திர தாகம்’ என்ற பிரம்மாண்ட நாவலை எழுதுவதற்காக அவர் செலவழித்த உழைப்பு, கசப்பான குடும்ப அனுபவங்கள், அவரின் முரட்டுப் பிடிவாதம் இப்படிப் பலவற்றை என் நாட் குறிப்புகளில் எழுதிவைத்துள்ளேன்.

ஒரு எளிமையான, பணபலமில்லாத ஒருவர் ‘எழுத்து’ என்ற முழுக்கமுழுக்க இலக்கியம் பேசும் இதழை நடத்தி சாதனை புரிந்தவரின் வாழ்க்கையை நான் பார்க்கும்போது வியப்படை கிறேன். அவர் தவறுகள் செய்திருக்கலாம், பிற்காலத்தில் அவற்றை உணர்ந்து மிகவும் வருத்தப்பட்டார்.

சி. சு. செவுக்கு இலக்கியம்தான் வாழ்வு; இதில் எள்ளளவும் மிகை இல்லை. நிறையவே எழுதியிருக்கிறார்; அவற்றில் நிறையவே அச்சிடப்பட்டுப் புத்தகங்களாக வந்திருக்கின்றன அச்சிடப்படாத வைகளும் நிறையவே இருக்கின்றன. நீண்ட காலம் வாழ்ந்தவர். இந்த மனிதரை நாம் நினைவுகூர்வது நமது தமிழை, நமது தமிழி லக்கியத்தைக் கொண்டாடுவதாகும். கொண்டாடவில்லையென் றால் நாம் நம் அடையாளத்தை இழந்துவிடுவோம். நாம் வேர் களற்றவர்களாக ஆகிவிடுவோம்.

❖

அஞ்சறைப்பெட்டிக்குள் ஒரு செப்பு நாணயம்

தேவிபாரதி

மணிக்கொடிக் காலத்திற்குப் பிறகு தமிழ்ச் சிறுகதை எவ்வளவோ வளர்ச்சி பெற்று விட்டது.

செழுமையான இலக்கிய மரபைக் கொண்டிருந்த ஒரு மொழி, சூழல் சார்ந்து உருவான நான்கைந்து நூற்றாண்டுகளின் இடைவெளியை ஒரே வீச்சில் கடந்து, நவீனத்துவத்தின் நூலேணியைப் பற்றிக்கொண்டு மேலேற எத்தனித்த ஒரு அசாதாரணமான வரலாற்று நிகழ்வின் தொடர்ச்சியே இன்றைய தமிழ்ச் சிறுகதைகள். காலனியாதிக்கத்தின் தாக்கமாகவும் அதன் பக்க விளைவாகவும் தோன்றி வளர்ந்த தமிழ் நவீனத்துவம், அதன் இயல்பான பலவீனங்களை உள்ளடக்கியது. ஓயாத போர்களாலும் தொடர்ந்த ஆக்கிரமிப்புக் களாலும் அலைக்கழிக்கப்பட்டு, தொன்மைச் சிறப்புகளை இழந்து, சுய அடையாளங்களை முற்றாக இழந்துவிட்டிருந்த ஒரு சமூகம், உ.வே.சா. போன்ற அறிஞர்களின் இடை யறாத உழைப்பின் வழியே, தனது மரபின் பெருமையையும் மொழியின் செழுமையையும்

அறிந்துகொள்ள நேர்ந்தபொழுது, மிதமிஞ்சிய பரவச நிலைக்கும் தற்பெருமைக்கும் உள்ளானது, தவிர்க்க முடியாதது. வரலாற்று ரீதியில் மிகப் பின்தங்கியதாகச் சித்தரிக்கப்பட்டதற்கு மறுப்பாக, தனது தொன்மைச் சிறப்புக்களை முன்வைத்தது, தமிழ்ச் சமூகம். கிடைத்த இலக்கிய ஆதாரங்களைக் கொண்டு (வேறுவகைப்பட்ட ஆதாரங்கள் எவையும் கிடைக்கப்பெறாத நிலையில்) தமிழ்ச் சமூகம், தனது வரலாறு சார்ந்து உருவாக்கிக் கொண்ட கற்பிதங்கள், அதற்கு ஒரு மிகைப்படுத்தப்பட்ட அடையாளத்தை உருவாக்கிக் கொள்வதற்குத் துணை புரிந்தன. அதன் வழியே பழந்தமிழரின் காதல், வீரம், செல்வச்செழிப்பு, கொடை மாண்பு, இலக்கியச் சிறப்பு, கலை மேன்மை, நாகரிக உச்சம் ஆகியவற்றை முன்னிறுத்தியதன் மூலம் தமிழ்ச் சமூகம் புத்துணர்வு பெற்றது.

மேற்கத்திய ஆய்வாளர்களும் பக்கிங்ஹாம் வளாகத்தின் விசுவாசிகளான உள்ளூர்ப் பண்டிதர்களும் அசட்டுத்தனம் என்று கிண்டல் செய்துவந்த போதிலும் அது அந்தக் கட்டத்தின் வரலாற்றுத் தேவை. பாரதி போன்ற முதிர்ச்சி பெற்ற ஆளுமைகளே கூடத் தொடர்ந்து அந்தப் போக்கிற்கு அழுத்தம் கொடுத்துவந்துள்ள திலிருந்து, அதன் வரலாற்று முக்கியத்துவத்தை அறிந்துகொள்ளலாம். தமிழ்ச் சமூகத்தின் பலமும், இன்னமும்கூடக் கடந்து செல்ல முடியாத அதன் பலவீனமும் இதுவே.

மிகக்குறுகிய காலத்திற்குள்ளாகவே தனது பலவீனத்தை உணர்ந்துகொண்டு போராடத் தொடங்கியதிலிருந்து, தமிழின் நவீனத்துவம் தொடங்குகிறது எனலாம். ஆங்கிலக்கல்வியின் சிதறல்களிலிருந்து முளைத்து மண்டிய உரைநடை இலக்கிய வடிவத்தை, நவீனத்துவத்தின் தோற்றுவாயாகக் கொள்வது ஒரு பிழையான முடிவாகவே இருக்கும். அய்ரோப்பிய அடையாளம் கொண்ட உரைநடை இலக்கிய வடிவை, தமிழ்ச் சமூகம் தனது படைப்புமொழியாக ஏற்காத நிகழ்வை, புதிதாகக் கிடைத்த சுய அடையாளத்தைக் காப்பாற்றிக்கொள்வதற்காக மேற்கொள்ளப் பட்ட முயற்சியாகவே புரிந்துகொள்ள வேண்டும். உரைநடையாக்கத் தில் தேர்ச்சியும் புலமையும் பெற்ற பாரதி போன்றவர்களின் ஆற்றல் மிக்க படைப்புகள், இசைப்பாடல்களின் வடிவிலான செய்யுள்களாக வெளிப்பட்டமைக்கு ஆழமான வரலாற்றுக் காரணிகள் உண்டு. வசனநடை என்று அழைக்கப்பட்ட உரைநடை, கிறித்துவக் கோட்பாடுகளை விளக்குவதற்கும் (பிரச்சாரத்திற்குக் கிறித்தவம், பாடல்களையே பயன்படுத்தியது) அரசாணைகளுக்கும் மட்டுமே பயன்படுத்தப்பட்டுவந்த ஒரு கட்டத்தில், இசைப்பாடல்களின் வடிவிலான செய்யுள்களே பரவலான மக்களைச் சென்றடை வதற்குகந்த வடிவமாக இருந்தன.

உரைநடை வாசிப்பு எழுத்தறிவோடு தொடர்புகொண்ட செயல்பாடு. கல்வி, பரவலாக்கப்படாத ஒரு சமூகத்தில் நிலவிய

வாய்மொழி இலக்கியப் பரவலுக்கு உகந்தவையாக இருந்தவை இசைப்பாடல்களின் வடிவிலான செய்யுள்கள்தாம். ஆங்கிலேயக் கல்வி முறையின் விளைவாகப் புதிதாக உருவான படித்த மேட்டுக் குடியினரிடையே வாசிப்புப் பழக்கம் பெருக, அச்சு இயந்திரங் களின் பெருக்கம் துணை செய்தது. வாசிப்புப் பழக்கம் உண்மையில் இலக்கிய நுகர்வை ஜனநாயகப்படுத்தவில்லை, அது இலக்கியத்தை நவீனப்படுத்தவுமில்லை. புதிதாக உருவான படித்த பிரிவினர், பெரும்பாலும் உயர்சாதியினராகவே இருந்தனர். அவர்களில் பெரும்பாலோர் காலனியத்தோடு இணக்கமான உறவைக் கொண் டிருந்தவர்கள். நிலவுடைமை மதிப்பீடுகளையும் சனாதன மரபையும் விமர்சனமின்றி ஏற்றுக்கொண்டிருந்தவர்கள். தமிழ்ச் செவ்வியல் இலக்கிய மரபை அறிந்திருந்தாலும், அதனோடு திறந்த மனதுடன் உறவுகொள்ள மறுத்தவர்கள். பலருக்கும் அய்ரோப்பிய மொழிகளின் இலக்கியப் பரிச்சயம், பெருமைக்குரிய அணிகலன்களாக அவர் களுடைய மூளையின் கழுத்தில் தொங்கிக்கொண்டிருந்தது. அதற்கு முன் தமிழ் இலக்கிய மரபைப் பற்றிப் பேசுவதற்குக் கூசினர். சமஸ்கிருத இலக்கிய மரபுகளையும் புராண, இதிகாச மரபுவழி வந்த பெருங்கதையாடல்களையும், தமக்குரிய அடையாளமாக முன்னிறுத்தினர். பதின்மூன்றாம் நூற்றாண்டிலிருந்து செல்வாக்குப் பெற்று வளர்ந்துவந்திருந்த தமிழ் நாட்டார்கலை மரபை அவர்கள் முற்றாகப் புறக்கணித்தனர்.

தமிழ் வாழ்வோடும், நிகழ்கலைகளோடும் பின்னிப் பிணைந்து, மக்களிடையே புழங்கிவந்த நாட்டார் இலக்கியம், தமிழ் நவீனத்துவத்தின் தோற்றுவாயாக இருந்திருக்க வேண்டிய வரலாற்று நிகழ்வைத் திசை திருப்பியது இப்புறக்கணிப்பு. அய்ரோப்பிய, ஆப்பிரிக்க சமூகங்களில் நிகழ்ந்த நவீனத்துவப் புரட்சிகளுக்கு இணையான முக்கியத்துவம் கொண்ட, இந்தப் பண்பாட்டு இயக்கம் இன்றுவரை முறையாகப் பரிசீலிக்கப்படவில்லை.

இலக்கிய நுகர்வை ஜனநாயகப்படுத்தியவை நாட்டார் கலைகள்தாம்.

தமிழ்ப் பேரரசுகளின் வீழ்ச்சியைத் தொடர்ந்து, புரவலர்கள் இல்லாமல் தமிழ்ச் செவ்வியல் இலக்கிய இயக்கம் தேக்கமுற்ற கட்டத்தில், செல்வாக்குப் பெற்ற இந்த இயக்கம்; மிகச் சுதந்திர மானது,பன்முகப் பார்வை கொண்டது. மொழியின் இறுக்கத்தைத் தளர்த்தி இலக்கணத் தளைகளிலிருந்தும், பண்டிதர்களின் பிடியிலிருந்தும் அதை விடுதலை செய்தது. படைப்புச் செயல் மீது மரபு விதித்திருந்த கட்டுப்பாடுகளை, எந்தவிதமான குற்ற வுணர்வுக்குமுள்ளாகாமல் தாண்டிச் சென்ற, நாட்டார் இலக்கிய இயக்கம், இலக்கியத்தைப் புனித நீக்கம் செய்து, அதை வாழ்வின் ஒரு பகுதியாக மாற்றியமைத்தது, வாழ்வு சார்ந்த எதையும் அது புனிதமென்றோ ஆபாசமானதென்றோ கருதவில்லை. பழைய

நிலவுடைமை மதிப்பீடுகளை அது தொடர்ந்து கேள்விக்குள்ளாக்கிவந்தது. மரபு வலியுறுத்தி வந்த ஒழுக்க மதிப்பீடுகளையே கேலி செய்து ஒதுக்கியது. காலனிய அதிகாரம் உள்ளிட்ட எல்லா வகைப்பட்ட அதிகாரங்களையும் ஒடுக்குமுறைகளையும் நேரடியாகவே எதிர்த்தது, நாட்டார் இலக்கியம். சாதியத்தைக் கடுமையாக விமர்சனம் செய்ததோடு, சாதிக் கட்டுமானங்களை மீறுவதற்கும் ஊக்கமளித்தது. மைய நீரோட்டப் பண்பாட்டு அடையாளங்களுக்கு மாற்றுகளை முன்மொழிந்தது நாட்டார் கலை மரபோடு பின்னிப் பிணைந்திருக்கும் சிறு தெய்வ வழிபாடு இதற்குச் சிறந்த உதாரணம். இவையெல்லாம் இன்று நமக்குப் பின்நவீனத்துவக் கூறுகள்.

மரம் வெட்டுதல், வண்டியோட்டுதல், துணி துவைத்தல், மண் சாலை போடுதல், புல் அறுத்தல், மீன் பிடித்தல் போன்ற விளிம்பு நிலை மனிதர்களின் பிழைப்புமுறைகளும் வாழ்வோடு அவர்கள் நடத்தும் போராட்டங்களும் சராசரி வாழ்வின் இன்ப துன்பங்களும் கோபதாபங்களும் கனவுகளும் ஏக்கங்களும் பிழைகளும் பிறழ்வுகளும் நம்பிக்கைகளும் சடங்குகளும் நாட்டார் கலை மரபில் பாடல்களாகவும் கதையாடல்களாகவும் மலர்ந்திருக்கின்றன. தமிழ் மக்களின் பண்பாட்டு வரலாற்றுக்கான ஆவணங்களாக நாட்டார் இலக்கியம் விளங்குவதை அதை நுட்பமாகப் பரிசீலித்தால் புரிந்துகொள்ள முடியும். அது தற்போது தொகுக்கப்பட்டுள்ள வரலாற்றின் மீது படிந்துள்ள கற்பனைகளை முற்றாகத் துடைத்து ஒரு புதிய பண்பாட்டு வரலாற்றை எழுதவேண்டிய தேவையை வலியுறுத்தக்கூடியதாகவும் இருக்கும்.

பாரதி, தனது படைப்புக்களின் வழியே குரல் கொடுக்கத் தொடங்குவதற்குப் பல பத்தாண்டுகளுக்கு முன்னரே, நாட்டார் இலக்கியம், காலனியத்தைப் பகடி செய்யும் எண்ணற்ற பாடல்களையும் கதையாடல்களையும் புழக்கத்தில் கொண்டிருந்தது.

‘ஊரான் ஊரான் தோட்டத்துல
ஒருவன் போட்டானாம் வெள்ளரிக்கா
காசுக்கு ரண்டா விக்கச் சொல்லிக்
காகிதம் போட்டானாம் வெள்ளக்காரெ,
வெள்ளக்காரம் பணம் வெள்ளிப்பணம்
வெள்ளிப்பணத்துக்கு ஆசப்பட்டு
வெள்ளாளன் போனானாம் ஊர விட்டு . . .’

என்று ஒரு கொங்கு நாட்டுப்புறப் பாடல் உள்ளது. குழந்தைகளிடத்தில் சாதாரணமாகப் புழக்கத்திலிருந்த இப்பாடலை, யாராவது தொகுத்திருக்கிறார்களா என்பது தெரியவில்லை. க. கிருட்டிணசாமி தொகுத்து வெளியிட்டுள்ள கொங்கு நாட்டுப்புறப் பாடல்கள், தொகுதி–2இல் உள்ள மற்றொரு பாடலும் கவனிக்கத்தக்கது.

‘வெள்ளி ரூபாயடி – வள்ளி
வெள்ளக்காரன் சில்லறையாம்,

அந்தச் சில்லறைக்கு ஆசப்பட்டு – வள்ளி
சிக்குனமாஞ் சேத்துள்ள . . .'

சுய பச்சாதாபமும் உள்ளார்ந்த விமர்சனமும் இழையோடும் இப்பாடல்களின் தொனியைப் பாரதியின் பல பாடல்களில் கேட்க முடியும். நாட்டார் இலக்கியத்தின் இசைத்தன்மை கொண்ட எளிய சொல்லாடல்களும் செவ்வியல் இலக்கிய மரபின் ஆற்றலும் குலைந்து உருவானதே பாரதியின் நவீனத்துவம். பாரதியின் பாஞ்சாலி சபதம், சத்திரபதி சிவாஜி போன்ற படைப்புகளில் பீரிடும் கவித்துவ உக்கிரம், தமிழ்க் கூத்துக்கலை மரபின் சாயலை ஏற்றது. பாப்பா பாட்டு, குயில்பாட்டு, கும்மிப்பாட்டு போன்ற படைப்புகள் நாட்டார் இலக்கியத்தின் தரப்படுத்தப்பட்ட வடிவங்களாகவே விளங்குகின்றன. புதிய கோடாங்கி, பாரதியின் படைப்பூக்கத்தைத் தூண்டிய நாட்டார்கலை மரபிற்கான சிறந்த உதாரணங்களுள் ஒன்று. பாரதியின் உரைநடைகளில் இந்தப் போக்கு அழுத்தம் கொள்ளவில்லை. மேற்கத்திய அடையாளம் கொண்ட உரைநடை இலக்கிய வடிவத்தைத் தனது படைப்பு மொழியாகக் கொள்ள பாரதி தயங்கினார் என்றுதான் சொல்ல வேண்டும். இந்தப் போக்கு புதுமைப்பித்தனில் அழுத்தம் கொள்கிறது.

நாட்டார் கலை மரபின் தொடர்ச்சியாய், படைப்புவெளியைப் புனித நீக்கம் செய்து விரிவுபடுத்தியவர் புதுமைப்பித்தன். அய்ரோப்பிய நவீனத்துவத்தின் வலுவான கூறுகளை உள்வாங்கிக்கொண்ட புதுமைப்பித்தன், வாழ்வை அதன் முழுமையோடு பரிசீலித்தவர். அவரது சமகாலத்தவர்களில் பலரும் பிரவேசிக்கத் தயங்கிய வெளிகளுக்குள் அவர் மிகச் சாதாரணமாக உலவத் தொடங்கியதற்கான ஆதார வலுவைக் கொடுத்தது நாட்டார் இலக்கிய மரபுதான. அவரது எழுத்துகளில் பரவியிருக்கும் பகடியின் கூறுகளை நாட்டார் கதையாடல்களில் அடையாளம் காண முடியும்.

தமிழில் நவீனத்துவம் வேர்கொள்ளத் தொடங்கிய அந்தக் காலகட்டம், வரலாற்று ரீதியில் மிக முக்கியமானது. காலனியாதிக்கத்திற்கெதிரான போராட்டங்கள் பரவலாக வெடித்திருந்தன. காந்தியின் அஹிம்சைப் பிரச்சாரத்தையும் மீறி, வன்முறை சார்ந்த அரசியல் வழிமுறைகள் செல்வாக்குப் பெற்று வளரத் தொடங்கியிருந்தன. கொடிய அடக்குமுறைகளாலும் தந்திரமான சமரசத் திட்டங்களாலும் அதிகாரத்தைத் தக்கவைத்துக்கொள்வதற்கு முயன்றுகொண்டிருந்த காலனிய அரசு, பாசிசப் போக்கினை வெளிப்படையாகக் கடைப்பிடிக்கத் தொடங்கியிருந்தது. இயற்கைச் சீற்றங்களாலும், வரைமுறையற்ற சுரண்டல் நடவடிக்கைகளாலும், கிராமப் பொருளாதாரம் அடியோடு சீர்குலைந்து போயிருந்தது. புதிய பிழைப்பு வழிகளைத் தேடி, மக்கள் நகர்ப்புறங்களுக்கு இடம் பெயர்ந்து கொண்டிருந்தார்கள். நகர வாழ்வின் நெரிசலில் சிக்கி மூச்சுத் திணறிக்கொண்டிருந்தது, இந்திய கிராமங்களின் ஆன்மா.

தமிழகம் உள்பட, இந்தியாவின் பல்வேறு பகுதிகளிலும் இயங்கிவந்த சாதி மறுப்பு மற்றும் இந்துத்துவ எதிர்ப்பு இயக்கங்களின் செயல்பாடுகள் பரவலான விவாதங்களைத் தோற்றுவித்திருந்தன. காங்கிரசுக்குள்ளேயே காந்தியத்திற்கெதிரான முணுமுணுப்புக்கள் கேட்கத் தொடங்கியிருந்தன. புதிய ஆக்கிரமிப்பு முயற்சிகளில் இறங்கியிருந்த ஏகாதிபத்திய சக்திகள், உலகை மற்றொரு உலக யுத்தத்தை நோக்கித் தள்ளிக்கொண்டிருந்தன. வாழ்வு மேலும் மேலும் சிக்கலானதாகவும், பாதுகாப்பற்றதாகவும் மாறிக் கொண்டிருந்த தருணம், அது.

தமிழ்ப் படைப்புச் சூழலோ இந்தச் சவால்களை எதிர்கொள்வதற்கான ஆற்றல்களைக் கொண்டிருக்கவில்லை. காலனியத்தின் விளைவான கொடிய துயரங்களோ பலதரப்பட்ட கோட்பாட்டுப் பின்னணிகளுடன் எழுச்சிபெற்றுக்கொண்டிருந்த இயக்கங்களோ தமிழ் படைப்பாளிகளைப் பாதித்ததற்கான இலக்கியச் சான்றுகள் இல்லை. புதுமைப்பித்தனின் கதைப்பரப்புகளில் மட்டும் இவற்றின் நிழற்சித்திரங்களைக் காணலாம். காந்தியத்தின் மேலோட்டமான பாதிப்புகளை ஏற்று உருவான மணிக்கொடி இயக்கம், தமிழ் நவீனத்துவ இலக்கியப் போக்கின் முன்னோடியாக அமைந்தது கூட, தற்செயலான நிகழ்வுதான். மணிக்கொடி இயக்கத்தவர்களாகக் கருதப்படுபவர்களில், புதுமைப்பித்தனைத் தவிர்த்து மௌனி, கு. ப. ரா. போன்ற வெகுசிலர் மட்டுமே நவீனத்துவம் பற்றிய பிரக்ஞையுடன் செயல்பட்ட சிறுகதைக் கலைஞர்கள். செல்லப்பா உள்ளிட்ட பலர், வெறும் கதைசொல்லிகளாகவே இயங்கி வந்திருக்கிறார்கள்.

ஒரு இலக்கியப் படைப்பை அது எழுதப்பட்ட காலத்திலிருந்து 50 – 60 ஆண்டுகள் கழித்து வாசிக்கும் எந்தவொரு வாசகனுக்கும் வாசிப்பனுபவம் சார்ந்து சில ஏமாற்றங்கள் நிகழக்கூடும். இது இயல்பானது. படைப்பு வெளியில் இக்கால இடைவெளி உருவாக்கிய மாற்றங்கள், வாசிப்பனுபவத்தில் குறுக்கிடுவது தவிர்க்க முடியாதது. பின்னர் தோன்றி வளர்ந்த இலக்கியக் கோட்பாடுகள், கலைப்பார்வை சார்ந்து உருவான மாற்றங்கள், பல கட்டங்களில் பல்வேறு விமர்சகர்களால் உருவாக்கப்பட்டிருக்கும் அபிப்பிராயங்கள் என்று ஒரு திறந்த வாசிப்பிற்கான எண்ணற்ற தடைகளைக் காலம் உருவாக்கியிருக்கும். வாசகனின் சமகாலத்தவர்கள், குறிப்பிட்ட அந்தப் படைப்பாளியின் சமகாலத்தவர்கள், பிந்தி வந்த தலைமுறைகளைச் சேர்ந்தவர்கள் போன்ற பல்வேறு ஆளுமைகளினூடாகப் பின்னோக்கிச் செல்லும் இந்தப் பயணம், சவாலானது. எனினும் நிகழ்காலம் எழுப்பும் கேள்விகளுக்கான விடைகளைக் கண்டறிவதற்கு ஆதாரமான இந்தப் பயணம் மிக அவசியமானது. விழிப்புநிலையிலுள்ள ஒரு வாசகன் வாசிப்புச் செயல்பாட்டை ரசனை சார்ந்து மேற்கொள்வதில்லை. அவன் ஒரு படைப்பைக் காலத்தின் ஆவணமாகக் கருதக்கூடும். படைப்பு உருவான காலத்தின் வரலாறு சார்ந்த

தடயங்களோ வாழ்க்கை பற்றிய சித்திரங்களோ அப்படைப்புகளில் தென்படுகின்றனவா என்று தேடக்கூடும். இத்தகைய தேடலே வாசிப்புச் செயலை அர்த்தமுடையதாக்குகிறது.

எப்படிப் பார்த்தாலும் ஒரு படைப்பு வரலாற்று ஆவணம்தான். ஒரு வரலாற்றாசிரியருக்கும் ஒரு படைப்பாளிக்குமுள்ள வேற்றுமை என்னவென்றால், வரலாற்றாசிரியன் தனது முன்முடிவுகளுக்கான ஆதாரங்களைத் தேடித் தொகுத்திருப்பான். படைப்பாளி, காலத்தைத் தாண்டிய கனவின் விசையாகப் படைப்பை இயக்கிச் சென்றிருப்பான். வாசகனுக்குப் படைப்பாளியின் கனவைப் புரிந்துகொள்ளவும் அதன் விசையை இனம் கண்டுகொள்ளவும் தெரிந்திருக்க வேண்டும். அதுதான் மிகவும் முக்கியமானது.

மேற்கண்டவை, செல்லப்பாவின் கதைகளை மதிப்பிட முற்படும் ஒரு வாசகர் கவனிக்க வேண்டிய கூறுகளுள் சில. செல்லப்பாவின் சிறுகதைகள் மீதான எனது வாசிப்பின் அடிப்படைகள் எவை என்பதை வாசகர்களுக்குக் கோடிட்டுக் காட்டுவதற்காகவே இவற்றை இங்குக் கவனப்படுத்தியிருக்கிறேன்.

❍

செல்லப்பாவின் கதைகளை நான் வாசிக்கத் தொடங்கியது எண்பதுகளின் இடைக்கட்டத்தில்தான். வாசிப்பில் ஆர்வத்தைவிட கவனம் மேலோங்கியிருந்த தருணம் அது. செல்லப்பாவின் படைப் புலகம் சார்ந்து, தமிழ் இலக்கிய வெளியில் உருவாக்கப்பட்டிருந்த அபிப்பிராயங்கள் எனது முதல் வாசிப்பில் அதிகம் செல்வாக்குப் பெற்றிருக்கக்கூடும். தவிர புதுமைப்பித்தனின் சமகாலத்தவராகவும் அவர் சார்ந்திருந்த மணிக்கொடி இயக்கத்தின் முக்கியமான எழுத் தாளர்களுள் ஒருவராகக் கருதப்படுகிறவராகவும் இருக்கும் செல்லப் பாவை வாசிக்க எழும் தூண்டுதல் இயற்கையானது அல்லவா?

எண்பதுகள் தமிழ்ச் சிறுகதை உரம் பெற்று வளர்ந்த காலம். புதிய சிந்தனைகளும் புதிய போக்குகளும் தமிழ்ச் சிறுகதைகளின் பரப்பை விரிவுபடுத்தியிருந்தன. எண்ணற்ற புதிய எழுத்தாளர்கள், அதுவரை தமிழ்ப் படைப்புலகம் அறிந்திராத வாழ்வியல் கூறுகளைத் தமது படைப்புகளின் வழியே முன்வைத்து இயங்கத் தொடங்கியிருந் தார்கள். உலகின் பல மொழிகளையும் சேர்ந்த சிறந்த சிறுகதைகள், மொழியாக்கம் செய்யப்பட்டுத் தமிழ்ச் சிற்றிதழ்களில் வெளியிடப் பட்டுக்கொண்டிருந்தன. இலக்கிய விமர்சனத்தின் முகம் வேகமாக மாறிக்கொண்டிருந்தது. புதிய சொல்லாடல்கள் புழக்கத்திற்கு வரத் தொடங்கியிருந்தன. மரபு சார்ந்த கட்டுப்பாடுகளை உதறி விட்டு மிகச் சுதந்திரமாக இயங்கத் தொடங்கியிருந்தது, தமிழ் விமர்சனத்துறை. முந்தைய தலைமுறைகளைச் சேர்ந்த, வாசக அங்கீகாரம் பெற்ற பல பெரிய எழுத்தாளர்கள், இந்தப் புதிய போக்குக்கு ஈடுகொடுக்க முடியாமல் திணறினார்கள். இந்தப் பின் புலத்தில் நான் எனது

சமகாலத்தவர்களின் எழுத்துக்களினூடாக, முந்தைய தலைமுறை எழுத்தாளர்களின் படைப்புலகில் ஒரு பின்னோக்கிய பயணத்தை மேற்கொள்ளத் தொடங்கியிருந்தேன்.

தி.ஜானகிராமன், ஜி.நாகராஜன், சுந்தர ராமசாமி, கு.ப.ராஜகோபாலன், மௌனி, ப.சிங்காரம், மு.தளையசிங்கம் என்று காலம் சார்ந்த வரிசைக் கிரமங்களுக்குட்படாத வாசிப்பு அது. மேற்குறிப்பிட்ட எழுத்தாளர்களின் படைப்பு வெளியினூடாக, நான் செல்லப்பாவை அணுகியபொழுது, செல்லப்பாவின் படைப்புலகம் சார்ந்து எனக்கு ஒரு கலங்கலான சித்திரமே கிடைத்தது. சில கதைகள் வாசிப்பனுபவம் சார்ந்து மிக நிறைவு தந்தவையாகவும், பல மிகுந்த ஏமாற்றமளிப்பவையாகவும் இருந்தன. வாடிவாசல், பெண்டிழந்தான், வாழ்க்கை, நொண்டிக் குழந்தை, சரசாவின் பொம்மை, கள்ளர் மடம், கூடுசாலை, மூணு லாந்தல், குற்றப் பரம்பரை போன்ற வெகுசில கதைகளை நிறைவு தந்த கதைகளின் பட்டியலிலும் ஏனையவற்றை ஏமாற்றமளித்த கதைகளின் பட்டியலிலும் சேர்க்கலாம்.

குறிப்பாக வாடிவாசல். அதன் படைப்பு மொழி என்னைத் திணறச் செய்தது. பிறகு பல நாட்கள் வரை, எனது இலக்கிய நண்பர்கள் பலரிடத்தில் அதைச் சிலாகித்துப் பேசிக்கொண்டிருந்தேன். பிற கதைகளில் தென்பட்ட மிகைக் கற்பனையும், வறட்டுத் தனமும் எனக்கு மிகுந்த சலிப்பைத் தந்தன.

பின்னர் நான்கைந்து ஆண்டுகள் கழித்து, சில விமர்சனக் குறிப்புகளுக்காக (அநேகமாக அது எண்பதுகளில் தமிழ் இலக்கியம் பற்றிய இலக்கு அமைப்பின் கருத்தரங்கு நடை பெற்ற சமயம் என்று நினைவு. அதில் சிறுகதைகளைப் பற்றிக் கட்டுரை வாசித்த எனது இலக்கிய நண்பர் ஒருவருக்காக, அவருடைய வேண்டு கோளின்படி சில குறிப்புகளைத் தரும் பொருட்டு) செல்லப்பாவை மீண்டும் வாசிக்க நேர்ந்தது. அப்பொழுது முன்பு எனக்கு மன நிறைவு தந்த கதைகளில் பலவும் மறுவாசிப்பில் மிகுந்த சோர்வைத் தருபவையாக இருந்தன. முன்பு எனக்கு நிறைவு தந்த கதைகளின் பட்டியலிலிருந்து நான் சிலவற்றை உடனடியாக நீக்கினேன். சரசாவின் பொம்மை, நொண்டிக் குழந்தை, குற்றப் பரம்பரை போன்றவை அவை. பிற கதைகள் சார்ந்து எனக்கு மிகுந்த எரிச்சல் உண்டாயிற்று. செல்லப்பாவின் வாழ்க்கைப் பார்வை அலுப்பூட்டக்கூடியதாகயிருந்தது. அப்பொழுது நடைபெற்ற ஒரு உள்ளரங்க விவாதத்தில் செல்லப்பாவின் கதைகளில் பிராமணர்களுக்கு அடுத்தபடியாக அழுத்தம்பெறுகிற பாத்திரவார்ப்புகளாக இடம்பெறுபவை காளைகள் தாம் என்று சொன்னதாக நினைவு. மனிதர்களைவிடவும் மாடுகளின்பால் அதிக அக்கறை கொண்டவராகச் செல்லப்பா எனக்குத் தோன்றினார். பிராமணக் கதாபாத்திரங்களை மைய அச்சாகக் கொண்டு சுழலும் கதைச் சக்கரங்களை இழுத்துச் செல்லும் காளை

46 தேவிபாரதி

மாடுகளைப் பற்றிய பிரஸ்தாபங்களுக்குத் துணை புரியும் பாத்திரங்களாகத் தேவர்களும் கள்ளர்களும் கவுண்டர்களுமான மக்கட் பிரிவினர் அவருடைய கதைத் தளங்களில் மூச்சிரைக்க விரட்டப்பட்டுக்கொண்டிருக்கிறார்கள் என்று சொன்னதாகவும் நினைவு.

பெண்டிழந்தான் கதையில் வரும் பிராமண நிலக்கிழார்கள் பற்றிய கற்பனைகள், வாழ்வு சார்ந்து எழுப்பும் சித்திரங்களின் பொய்மைகள் எனக்கு மிகுந்த ஆத்திரமூட்டுபவையாக இருந்தன. கள்ளர்மடம், கூடுசாலை, மூணுலாந்தல் முதலிய கதைகள் கலை நேர்த்தி மிக்கவையாகத் தோன்றினாலும் மேற்குறிப்பிட்ட அதீத அம்சம் எனக்கு அவருடைய படைப்புலகத்தோடு உறவு கொள் வதற்குப் பெரும் தடையாகவே இருந்தது.

இப்பொழுது இந்தக் கட்டுரைக்காக, ஏறக்குறைய பத்தாண்டு களுக்குப் பிறகு மீண்டும் செல்லப்பாவை வாசித்தேன். அவருடைய படைப்புகளில் முக்கியமானவை என்று கருதப்படுபவற்றை முழுமை யாகவும் பிறவற்றில் எண்பது சதவீதக் கதைகளை, அவை தந்த ஆயாசத்தையும் மீறிக் கவனமாக வாசித்தேன். முன்னிரு தருணங் களிலும் பெற்ற வாசிப்பனுபவங்களின் சுவடுகள் முற்றாக மறைந்து போய்விட்ட நிலையில் கூட, முந்தைய அனுபவங்களின்போது பெற்ற ஏமாற்றமும் சோர்வும் பலமடங்கு அதிகரித்திருப்பதாகவே தோன்றியது. வாடிவாசல் மட்டும் இப்பொழுதும் ஒரு புதிய அனுபவமாக இருந்தது. ஒரு சிறுகதை எழுத்தாளராக அவரை கௌரவிப்பது அந்த ஒரு கதை மட்டும்தான். வாழ்வை ஒரு மூர்க்கமான விளையாட்டாக அர்த்தப்படுத்தி வாசிப்பதற்குரிய கூறுகளைக்கொண்ட அச்சிறுகதை காலவெளியில் இன்னும் சுழலும் ஒரு சக்கரம் என்று தோன்றுகிறது. மற்றபடி செல்லப்பாவைக் குறித்துப் பேசுவதற்கு இப்பொழுது எனக்கு ஒன்றுமே இல்லை யென்றுதான் படுகிறது.

செல்லப்பாவின் சிறுகதைகளைப் பற்றி எனது இந்தக் கட்டத்திய அபிப்பிராயங்களைக் கோடிகாட்டிவிட்டு இந்தக் கட்டுரையை முடித்துக்கொள்ளலாம்.

செல்லப்பாவின் சிறுகதைகளை ஒரு எளிய அணுகுமுறைக்கான வசதி கருதிப் பின்வருமாறு வகைப்படுத்திக்கொள்ளலாம். இவை அவ்வளவு கறாரானவையல்ல, எனினும் இக்கட்டுரையின் தொனியைத் தெளிவுபடுத்த அவை உதவக்கூடும். இவ்வகைப்பாடுகளுக்குள் அடைபடாத வேறு கூறுகளும் இருக்கலாம்தான்.

வகை - ஒன்று

பிராமணக் குடும்பங்களைப் பின்னணியாகக் கொண்டு எழுதப்பட்ட கதைகள் இவ்வகைக்குள் அடங்கும். மதுரைப்பக்கம், சின்னமனூர், வத்தலக்குண்டு கிராமங்களைச் சேர்ந்த குடும்பங்கள்.

பொதுவாகச் சிறுபத்திரிகைகளில் இடம்பெறும் கதைகளில் தென் படுவது போன்ற வாழ்வியல் நெருக்கடிகளையோ மனித உறவு சார்ந்த சிக்கல்களையோ சமூக வேற்றுமைகளையோ இக்கதைகளில் இனம்காண முடியாது. சிற்சில மன வேற்றுமைகள், சங்கடங்களை உருவாக்கும் சிறுசிறு உரசல்கள், குழந்தைப் பேறு இல்லாமையால் மனவேதனைக்குள்ளாகும் தம்பதியர், பேரன் பேத்தியில்லாமல் சஷ்டியப்த பூர்த்தியைக் கொண்டாட வேண்டிய அவல நிலையில் வாழும் பெரியவர், தனக்கென்று ஒரேயொரு தங்கைப்பேறு கூட இல்லாமல், அண்டை வீட்டுப் பெண்பிள்ளைக்குச் சாஸ்திரத்தை யும் மீறிச் செல்லுலாயிட் பொம்மை வாங்கிக்கொடுத்து சந்தோஷப் படும், சற்றே வளர்ந்த பருவம் கொண்ட ஆண் குழந்தை என்று அவரது பாத்திரங்கள் இக்கதைகளில் தவித்துக்கிடக்கின்றன. மாமனார், மாமியார், மருமகன், மருமகள், நாத்தனார், கொழுந்தி என்று நெருங்கிய குடும்ப உறவுகளைச் சுற்றிப் படர்ந்து செல்லும் சிக்கலற்ற கதையாடல் முறை இக்கதைகளில் தென்படும் பொதுப் பண்பு.

(எடுத்துக்காட்டு – புதியவள், ஒரு பழம், யானை விளக்கு, இணைப்புச் சங்கிலி, அங்கச்சி, அறுபது, எதற்கு வந்தான் முதலி யவை. இந்தப் பட்டியல் முற்றுப்பெறாதது)

வகை - இரண்டு

அதே பிரதேசங்களைச் சேர்ந்த தேவர், கள்ளர் இன மனிதர் களைக் கதை மாந்தர்களாகக் கொண்டவை இவ்வகைக் கதைகள். பெரும்பாலும் கதை சொல்லிகள் பிராமணர்களாகவே இருக்கிறார் கள். இது தற்செயலானதாக இருக்கலாம். இந்தத் தேவர்கள் பிராமண நிலவுடைமையாளர்களுக்கு வண்டியோட்டிகளாகவோ குற்றேவல் புரிகிறவர்களாகவோ இருக்கிறார்கள். இவர்கள் திடகாத்திரமான உடலமைப்பினைக் கொண்டவர்கள், அறிவு மட்டம் கம்மி. அதனால் தானோ என்னவோ அவர்களில் பலரும் குற்றச்செயல்களைப் புரிகிறவர்களாக இருக்கிறார்கள். கதைசொல்லிகளுக்கு ஆச்சரிய மாய்த் தோன்றும்படி வெகு சாமார்த்தியமாய்த் திருடுகிறார்கள், மூக்கு முட்டக் குடிக்கிறார்கள், வம்பு வழக்குகளில் சிக்கிக்கொள் கிறார்கள். அதே சமயம் நாணயத்திற்குக் கட்டுப்பட்டவர்களாகவும் இருக்கிறார்கள். படைப்பாளிக்கு இவர்களைப் பார்க்கப்பார்க்க ஆச்சரியம் தீரவில்லை. நெகிழ்ந்தும் போகிறார். அந்த ஆச்சரியமும் நெகிழ்வுமே இக்கதைகள் பிறப்பெடுக்கக் காரணம்.

(எடுத்துக்காட்டு – கூடுசாலை, மூணு லாந்தல், கள்ளர்மடம், பந்தயம், முறைமைப்பெண்)

வகை - மூன்று

இவ்வகைக்குள் வரும் கதைகள் செல்லப்பாவால், செல்லப்பாவுக் காக, செல்லப்பாவே எழுதிக்கொண்ட கதைகள். இவற்றிற்குக் காந்தி யுகக் கதைகள் என்கிற மற்றொரு பெயரும் உண்டு. தேசபக்தி இவற்றின் முதுகெலும்பு. காந்தியைக் கடவுளாக வழிபடும்

சாமானியர்களே (பெரும்பாலும் பிராமண சாமானியர்கள்) இவற்றின் கதை மாந்தர்கள். ராட்டையில் நூல் நூற்பதும், சத்யாகிரகங்களில் பங்கெடுத்துக்கொண்டு சிப்பாய்களிடம் அடிவாங்குவதும், தேசத்துரோகக் குற்றம்சாட்டப்பட்டு சிறைக்குப் போவதும் இவர்களுக்கு இளமைக் காலத்திய தொழில்கள். சிறைசென்று மீண்டதும் இவர்களில் பலருக்கு ஆன்மா சாந்தியடைந்து விடுவது ஒரு அதிசயம். பிறகு வயிற்றுப் பிழைப்பைப் பார்க்க ஒதுங்கிவிடுகிறார்கள். குற்ற உணர்வு மேலிட வீட்டுக்கு வெளியே வந்து நின்று கொண்டு, கடந்து செல்லும் தேசபக்தர்களின் ஊர்வலங்களைப் பார்த்துத் தவிக்கிறார்கள். முச்சந்திகளில் நின்றுகொண்டு பழைய நினைவுகளை அசைபோடுகிறார்கள். தம் காலத்திய தேசபக்தி ஊர்வலங்களுக்கும் தற்காலத்திய என்.சி.சி. ஊர்வலங்களுக்கும் இடையேயான வேற்றுமைகளை எண்ணிக் குமைகிறார்கள். சக சத்தியாகிரகிகளில் யாரையாவது நினைத்துக்கொண்டு கண்ணீர் சிந்துகிறார்கள். பக்கத்தில் இருக்கிற வயதான கட்டையிடம் அந்த நினைவுகளைப் பகிர்ந்து கொள்கிறார்கள். கடைசியில் அந்த நபர் பெருங்குரலெடுத்துக் கத்துகிறார். முன்னவர் யாரை நினைத்து நினைத்துக் கண்ணீர் சிந்தினாரோ யாரைப் பற்றி மாய்ந்துமாய்ந்து சொல்லிக்கொண்டிருந்தாரோ!! அந்த நபரேதான், அந்த வயதான கட்டை என்பது கதைசொல்லிக்கும் வாசகர்களுக்கும் புரிந்து போய்விடுகிறது. தெய்வச் செயல்தான் இது. நமது பக்தி இலக்கியங்களின் தொடர்ச்சியாகவும் இவற்றை வாசிக்கலாம்.

இவ்வகைக்கு எடுத்துக்காட்டு அவசியமில்லை.

நான்காவதும் இறுதியானதுமான வகை

குழந்தைகளுக்காக எழுதிய கதைகள், அதற்குமடுத்த பருவத்தைச் சேர்ந்த சற்றே வளர்ந்த பையன்களுக்காக எழுதிய கதைகள், அதற்குமடுத்த, மீசை அரும்புகட்டிய பருவம் கொண்ட இளைஞர்களுக்காக எழுதிய கதைகள் என்று வயதுவாரியாக வளர்ந்து செல்கிறது, செல்லப்பாவின் சிறுகதை உலகம். பெரியவர்களுக்காக எழுதப் பட்ட குழந்தைக் கதைகள், குழந்தைகளுக்காக எழுதப்பட்ட பெரியவர் கதைகள், இளைஞர்களுக்காக எழுதப்பட்ட கிழவர்களின் கதைகள் என்று இவற்றை மேலும் நுட்பமாக வகைப்படுத்தலாம். இதைச் செல்லப்பா தனது வாழ்நாளில் தானே செய்து வைத்திருப்பதால் நாம் அதிகம் சிரமப்பட வேண்டியதில்லை. தற்காலத்திய எழுத்தாளர்கள் கவனிக்க வேண்டிய அம்சம் இது. பலர் தமது எழுத்துகளை எழுதினவுடனே மறந்து ஆங்காங்கே வீசிவிட்டுப் போய்விடுகிறார்கள். பின்னால் அவற்றை வகைப் படுத்தித் தொகுப்பதற்கு ஆய்வாளர்கள் பெரும் சிரமப்பட வேண்டியிருக்கிறது. பாடபேதங்களில் எண்ணற்ற குளறுபடிகளைச் சந்திக்க வேண்டியுள்ளது. இதை உணர்ந்துதான் செல்லப்பா, பிற்காலத்தில் அவற்றை வகைப்படுத்திப் பிரசுரம் செய்து, அவரவருக்கு உரியவை அவரவருக்குப் போய்ச்சேருமாறு வகைப்படுத்தி வைத்திருக்கிறார் போலும்.

இவ்வகைக் கதைகளை எழுதும்பொழுது, செல்லப்பா தானே ஒரு குழந்தையாகி விட்டாரோ என்று எண்ணத் தோன்றுகிறது. சரித்திரம் (ஒரு கைதியின் கர்வம்) புராணம் (நந்தன் நந்தி), தர்மாப தேசம் என்று பல தளங்களில் சஞ்சாரம் செய்யும் இவ்வகைக் கதைகளில் பின்நவீனத்துவக்கூறுகளைக் கொண்ட பைராகி போன்ற கதைகளும் நுட்பமான கிண்டல் இழையோடும் 'கௌரவிப்பு' போன்ற கதைகளும் அடங்கும்.

இந்த வகைப்படுத்தல்களிலேயே விமர்சனம் முற்றுப்பெற்று விடுவது, தற்செயலான எதிர்பாராத நிகழ்வு. இருக்கட்டும்.

○

பின் குறிப்பு

செல்லப்பாவின் பல கதைகள் திரைப்படங்களாகியிருக்க வேண்டியவை. சிறுகதைகள்தாம் என்றாலும் அவற்றைக் கொண்டு ஒரு முழு நீளத் திரைப்படத்தையே தயாரித்துவிட முடிகிற அளவுக்குப் பாத்திர வார்ப்புகளும் சம்பவக் கோவைகளும் உணர்ச்சிகரமான கட்டங்களும் அவற்றில் நிறைந்து காணப்படுகின்றன.

பொதுக் கருத்துக்கு முரண்படாமல், பார்வையாளர்களின் பொது ரசனையில் குறுக்கிடாமல், கடைசியில், 'சுபம்' என்று போடத்தக்க அளவுக்குக் கச்சிதமான முடிவுகளைக் கொண்ட செல்லப்பாவின் கதைகள் எப்படித்தான், அந்த கட்டத்திய வெற்றிப் பட இயக்குனர்களான எல்லிஸ். ஆர்.டங்கண், ஏ. பீம்சிங், கிருஷ்ணன் பஞ்சு போன்றோரின் கண்களிலிருந்து தப்பினவோ? கொஞ்சம் பார்வையை எட்டிப் போட்டிருந்தால் ஏற்கெனவே பல வெற்றிப்படங்களைத் தந்திருக்கும் அவர்களுடைய பட்டியல் மேலும் கொஞ்சம் நீண்டிருக்கும். போதிய வாசிப்புப் பழக்கம் இல்லாததால் அவர்களுக்கு ஏற்பட்டுவிட்ட இழப்பு இது. தமிழ்த் திரைப்பட இயக்குநர்கள், சிறுபத்திரிகை இலக்கியங்களின்பால் தொடர்ந்து கடைபிடித்து வரும் உதாசீனப்போக்கை இனிமேலாவது கைவிட வேண்டும். அது அவர்களுக்கு நல்லது.

வாடிவாசல் தாண்டி

க. வை. பழனிசாமி

மனத்தில் உயிர்கொண்ட இலக்கியம் தோற்றம்கொள்ள மொழியே உடல். உயிரின் அதிர்வை வார்த்தைகளின் வழியாகத்தான் அறிந்தோம் இதயக் கூட்டிலிருந்த பறக்கவல்ல பறவைக்கு விடுதலையின் சாத்தியம் மொழியால்தான் நிகழ்ந்தது. இலக்கியம் பார்வைக்கு வருகிறபொழுது வழங்குபவனும் வாங்குபவனும் தாங்கள் வைத்திருக்கிற பொருள் ஒன்றே என்று எண்ணுகிற சாத்தியம் அவ்வளவு எளிதானதல்ல.

உயிர் தீண்டி வடிவம் காண வேண்டிய
உள்மன வினை சார்ந்த செயல்...
படைப்பின் மீதான பார்வை

இலக்கியம், தான் செயல்படும் இடத்திலேயே முரண்பாடு கொள்கிறது. வழங்கியவன்மீது, அவன் வழங்காத பொருளைக் கையில் வைத்துக்கொண்டு சண்டையிடுவதும் படைப்பாளி தான் வழங்கியதாகச் சாதிப்பதும் இதில்தான் உண்டு. இந்த முரண்பாடு சில நேரங்களில் ஒரு படைப்பை

மேலான இடத்திலும் வைக்கிறது. தகுதிக்குக் கீழே ஒன்றுமில்லாததாக ஆக்கி எறிந்தும் விடுகிறது.

படைப்பாளியும் வாசகனும் மிகுந்த அக்கறையோடும் நுணுக்கமாகவும் அணுக வேண்டிய இருமன வினை இலக்கியம்.

இது எப்போதும் வெகுஜன வாசகர்களைவிட்டு விலகியே இருப்பது இயல்பிலேயே இருக்கிறது. வாசகனுக்கு வேலை இல்லாத 'எழுத்து' இதில் இல்லை. வாசகனும் படைப்பாளியும் தனித்தனியே உருவம் சமைக்கிறார்கள். சில நேரங்களில் படைப்பாளி சமைத்த உருவம் வாசகன் மனத்தில் தோற்றம்கொள்ளாமலும்போகலாம். இந்த நிகழ்வின் காரணம் அறியும் தேடலே விமர்சனம்.

படைப்பிலக்கிய வரலாற்றை இரண்டு வகையாகத்தான் பிரிக்க முடியும். ஒன்று செய்யுளில் இயங்கிய காலம். மற்றது உரைநடையில் இயங்கிவரும் காலம். செய்யுள் நடையில் இலக்கியத்தின் செயல் பாடு சிறப்பாகவே இயங்கியது நிரூபிக்கப்பட்டுள்ளது. இத்தன் மையை எல்லா மொழி இலக்கியங்களிலும் பார்க்க முடியும். Classic Literature – மிகச் சிறந்த உதாரணம். எல்லா மொழிகளிலும் பிரதானமாகப் பேசப்பட்டுவரும் Classic Literature முழுமையான Tale கொண்டவை. அவை வாசக மனத்தில் ஒரு காலத்தையே ஜனிக்கின்றன. அவை ஜனிக்கும் 'காலம்' படைப்பின் காலம் என்று கருதாமல், வாழும் உலகத்தின் இறந்த காலமாகவே கருதுவது, அந்தப் படைப்பு அத்தகைய படைப்புலகத்தை வாசகன் மனத்தில் வசீகரமாகத் தோற்றி வைத்துள்ளதையே காட்டுகிறது.

இந்த இடத்திலிருந்து உரைநடை இலக்கியத்தைப் பார்க்கிற பொழுது அதன் வெற்றி பரவலாக இல்லை. குறிப்பாகத் தமிழ் இலக்கியத்தில் அதன் செயல்வினை பெரிதாக இல்லை என்றே கூறலாம். நீண்ட வரலாறு கொண்ட நமது தமிழ் மொழியில் உரை நடை இலக்கியம் உலகக் கவனம் கொள்ளாதுபோனது அதிசயமே. தமிழ்நாட்டில் சிறிய எல்லைகளில் ஒருவருக்கொருவர் முறை மாற்றிப் பாராட்டிக்கொள்ளும் காட்சியே அதிகம். நம் எல்லை தாண்டி உலக விளிம்புவரை விரிந்த உரைநடை இலக்கியம் ஏது மில்லை. விமர்சனம் இந்த உண்மையை மனத்தில் வைத்துக் கொண்டு இயங்குவது அவசியமாகிறது. கூச்சல் . . . தனிமனிதச் சாடல் . . . இவற்றை ஒதுக்கிவிட்டு சத்தியத்தின் பார்வை உரைநடை இலக்கியத்தின்மீது விழவேண்டும். வெங்கட் சாமிநாதன் கூறுகிறார், "தமிழ்ச் சமூகத்தின் சிருஷ்டி சக்தி, கலை மேதை கடந்த முன்னூறி லிருந்து ஐந்நூறு வருடங்களாக இலக்கியத்தின் பாற்பட்டதாக மலர்ந்ததாக இல்லை. இக்கால இலக்கிய சரித்திரம் வறண்ட ஒன்று. சட்டென ஞாபகத்திற்கு வரும் ஒரே பெயர் ஜோதி ராமலிங்க சுவாமிகள்தான்." மகாகவி பாரதி அவரின் பின்விளைவு.

நாவல், சிறுகதை, கவிதை எனப் பன்முகத் தன்மையோடு உரைநடை இலக்கியம் தன்னை வெளிப்படுத்தியும் அது முந்தைய

களத்தில் செயல்பட்டதுபோல ஈர்க்கும் வசீகரம் கொண்டிருக்க வில்லை. ஆனால் குறிப்பிட்டுச் சொல்லக்கூடிய வெற்றியடைந்த படைப்புகள் உண்டு. அவை தம்முள் ஒரு ஒழுங்கை கலைக்கேயான தன்மையைக்கொண்டிருந்தததை மறுக்க முடியாது.

குறிப்பாக நாவல் இலக்கியத்தில் வெற்றியடைந்த படைப்புகள் ஏதோ ஒரு வகையில் tale – இன் இருப்பில்தான் அத்தகைய சாத்தியத்தை நிகழ்த்தியுள்ளன. அதற்கு மாற்றான ஒன்றை வலுவாகக் கண்டறியாது செயல்பட்ட நவீன முயற்சிகள் பல தோல்வியில்தான் முடிந்தன.

நாவலில் tale – இன் வழியாகத்தான் ரசானுபவம் உருவம் பெற்றிருக்கிறது. Tale இல்லாது ஒரு ரசானுபவம் உருவம் பெற்றதாக உணரப்படவில்லை. இது தமிழ் நாவல்கள் குறித்த என் கருத்து. நவீன இலக்கியத்தில் சிறுகதையின் வெற்றியை ஓரளவு ஏற்றுக் கொள்ள முடிகிறது. கவிதை சில நேரங்களில் உரைநடை வழியாக மிக வசீகரமாகச் செயல்பட்டிருக்கிறது. ஆனால் நாவல் என்பதில், அது பற்றிய புரிதலிலேயே, தமிழில் பலர் தோற்றுப்போயிருக் கிறார்கள்.

எழுத்து தன்னிச்சையானது. அழகும் ஆகிருதியும் கொண்டது. வாழும் வெளியில் மூழ்கி அதன் ஈரம் காயாது பார்வைக்கு வெளிப்படுவது. ஆழ்மன உன்னதம் தரும் உயிர்ப்பொருளாகவும் பொருள் நீளும். இதன் மீது எழுதப்படும் இலக்கியக் கணக்குகள் முழுமையைப் பகுதிகளாக்கும். ஒன்றை அதற்கேயான உருவத்தில் பார்ப்பதே மேலானது. உருவம் பிடிபடாது கூறப்படும் எவையும் படைபபின் மீதான விமர்சனம் அல்ல.

“உருவம் என்பது ரஸத்தின் நிறைவு. ரஸம் இல்லாத இடத்தில் உருவம் இல்லை. இருந்தாலும் அது உயிரில்லா உருவம். வெறும் உருவத்தைப் படைப்பவர்கள் உண்மையில் படைப்பாளிகள் அல்லர். ஏனெனில் படைப்பு உருவத்தில் நிறைவு பெற்றாலும் அதன் முக்கிய அம்சமே ரஸம்தான். தூய ரஸத்தை மட்டும் படைப்பதாகச் சொல்லிக்கொள்பவர்களும் உண்மையில் படைப்பாளிகளல்லர். ரஸம் என்பது வேர். உருவம் என்பது மலர். வேரின்றி மலர் இல்லை, மலரில்லா வேர் பயனற்றது. உருவம், ரஸம் இரண்டும் இணைந்த சாதனைதான் கலைஞனின் சாதனை, படைப்பாளியின் படைப்பு” என்கிறார், அன்னதா சங்கர் ராய். ஆக, படைப்பின் மீதான முதல் பார்வை, உருவத்தின் மீதானதும் அதனுள் உறைந்த ரஸானுபவத்தை உணர்வதும் ஆகும். உருவம் பிடிபட்டு, உள்மறைந்த உயிரின் இடம் தீண்டி, திளைத்த அனுபவத்திடமிருந்தே படைப்பு பேசப்பட வேண்டும்.

ஒவ்வொரு மனிதனுக்குள்ளும் தனியாக ‘ஒரு உலகம்’ செயல்படு கிறது. வாழும் எல்லா மனிதனும் தனக்குள் ஒரு உலகத்தை

வைத்துக்கொண்டிருந்தாலும் அந்த உலகங்களிடையே பரிமாற்றம் நிகழ்வதில்லை. அப்படி நிகழும் சாத்தியம் நாவலில் உண்டு. இந்த அதிசயமே இதன் மீதான கவர்ச்சி.

வாசிக்கும்பொழுது விரியும் படைப்புலகத்தை நிகழ் உலகத் தீண்டலில் இருந்தபடி பார்க்கிறான் வாசகன். இந்த நிகழ்வின் வாசகன் எதிரில் இரண்டு உலகங்கள். ஒன்று, வாழும் உலகு. மற்றது படைப்பின் உலகு. இரண்டும் மனத்தில் ஒப்பீடு கொள்கின் றன. நிகழ் உலகத்தைக் காட்டிலும் படைப்புலகம் மேலான உண்மையையும் அதிவசீகரத் தன்மையையும் கொண்டதாக உணர்கிற பொழுது, வாழும் உலகை முழுவதுமாகத் துறந்து, படைப்புலக மனிதனாகிறான். தானும் அந்த உலகின் அங்கமாகி, அதன் உண்மையையும் வசீகரத் தன்மையையும் அனுபவிக்கிறான். வாசிப்பு முடிந்த பின்பும் அதன் ஈரம் காயாது இருக்கிறான். படைப்புலகில் மூழ்கி உள் நிகழ்ந்த பிரமிப்பிலிருந்து மீள முடியாது தவிக்கிறான். வாசிப்பின் மூலமாக மனத்தில் புதிய பிரதேசத்தைக் காணும் சாத்தியம் நிகழ்கிற பொழுதும், அதில் அவன் வசீகரம்கொள்கிற பொழுதும், அது கால அளவை அவனுள் நீட்டிக்கிற பொழுதும் படைப்பு, நாவலாகப் பரிமாணம் கொள்கிறது.

இப்படிப்பட்ட சாத்தியத்தை வாசகன் மத்தியில் நிகழ்த்துவதற்கு அசாத்திய வேலைகளைப் படைப்பாளி செய்ய வேண்டியிருக்கிறது. அத்தகைய வேலைகள் உண்மையாகவே நிகழ்கிற பட்சத்தில் எந்த எழுத்தும் இலக்கிய அந்தஸ்து பெற்றுவிடும். எளிதாக தேச விளிம்பு தாண்டும். உலகப் பார்வை விழும்.

வாடிவாசல் காட்சியாக விரியவல்ல நல்ல எழுத்து. ஜல்லிக்கட்டு நடைபெறும் களம், வினைபடும் காளைகள், மாடு அணைவோர், முண்டி நெருங்கும் கூட்டம், மனித முகங்கள் என்று எழுத்து வடிக்கும் சித்திரங்கள் எல்லாவற்றையும் virtual realityயாக உணர முடிகிறது.

ஜல்லிக்கட்டுகள் பல பார்த்துத் தேர்ந்த கிழவன் பாட்டையா வாகவே தோற்றம்கொள்கிறார் சி. சு. செல்லப்பா. இதற்கு அவர் தேர்ந்தெடுத்த கதை, சிக்கல் இல்லாது எளிதாக ஒருமுகமாக நின்று சிறுகதையின் விளிம்பு சிதையாது காக்கின்றது. அது அந்த அளவில் நின்று நாவலின் வடிவம் நோக்கி நகர முயலாது தன்னைக் காத்துக்கொண்டிருந்தால் மிகத் தரமான, குறிப்பிட்டுப் பேசப்பட வேண்டிய சிறுகதையாக நிச்சயம் நின்றிருக்கும். ஆனால் எல்லை தாண்டிய விரிதல் ஒரு documentaryயாக ஆக்கிவிட்டது.

நல்ல ஜல்லிக்கட்டு ஒன்றைச் சிறந்த, தேர்ந்த வர்ணனையாளர் மூலமாகத் தொலைக்காட்சியில் பார்க்கும் காட்சி அதிர்வே பிரதானம் கொள்கிறது. இங்கே விவரிக்கப்படுகிற ஜல்லிக்கட்டு, அதில் வருகிற பாத்திரங்கள், சொல்லப்படும் கருத்து சார்ந்த விஷயங்கள் சாதாரண

மாக ஒரு நிகழ் உலக ஜல்லிக்கட்டில் நடக்கச் சாத்தியமுள்ளவை. இந்தக் கதை நாவலாக விரிய ஆசைப்படுகிற பொழுது அது முழுமையான படைப்புலகை உருவாக்கிக்கொண்டிருந்தால், வாசகன் தன் வாசிப்பின்பொழுது அது தன் பிரதேசத்தில் நடந்த ஜல்லிக்கட்டு என்பதாகக் கருதாது வாசிப்பில் விரிந்த உலகில் நிகழும் ஜல்லிக் கட்டாக உணர்ந்திருப்பான். அப்படி நினைக்கத் தோன்றும் உத்திகளேதும் இல்லை.

ஒரு நிகழ்வின் வழியாகப் பெறுகிற அனுபவம் நாவலாக விரிகிறபொழுது அது நிகழ் உலகத்தினுடைய எந்த ஒரு புற அக வெளியையும் காட்டிவிடக்கூடாது. அது தனக்குள் ஒரு உலகைப் படைத்து வாசிப்பில் விரிகிற உலகத்தின் புற அக வெளியாகவே உணரப்பட வேண்டும். அப்படி ஜனிக்கிற உலகத்தின் செயல்பாடுகள் நிகழ் உலகத்தோடு போராட வல்லதாகவும் மதிப்பீடு கொள்ளத் தக்கதாகவும் அமைய வேண்டும்.

காளையைப் பற்றிய செய்திகள், திட்டிவாசல், அடைப்பு, அணைமரம், உள்தொழுவம், உள் வாடி என அமைந்த கட்டுக்களம், அதில் வினைபடும் காளைகள், மிருகத்தை ரோசப்படுத்தி அதன் எல்லையைக் கண்டு உற்சாகமாகிப் பின் அடக்கி வசப்படுத்தும் கெட்டிக்கார மாடு அணைகிறவர்கள், முண்டியடித்து நெருங்கும் ஜனங்கள், அவர்களின் பேச்சு, குறிப்பிட்ட காளையை அடக்கக் காத்திருக்கிற இளைஞர்கள், ஜல்லிக்கட்டைப் பற்றி அனைத்தும் தெரிந்து வைத்துள்ள கிழவன்–இவை எல்லாமும் சி. சு. செல்லப்பா மாட்டு வண்டியில் பயணம் செய்து தன் உறவினர்கள் அழைத்துப் போகப் பார்த்த ஜல்லிக்கட்டுதானே தவிர, அங்கே ஒரு நாவலை சிருஷ்டி கொள்ள வைக்கத்தக்க ரசானுபவம் அவருக்கு நிகழ்ந்ததாகச் சொல்ல முடியாது. "கலைஞன் ரஸத்துக்கு உருவம் அளிக்க முற்படும்போது கற்பனையின் உதவியை நாடுகிறான். ரஸத்திலிருந்து உருவகத்துக்குச் செல்ல அவன் செய்யும் பிரயாணத்தில் துருவ நட்சத்திரமாக இருந்து கொண்டு அவனுக்கு வழிகாட்டுகிறது கற்பனை . . ." என்கிறார் அன்னதான சங்கர் ராய்.

"ஜல்லிக்கட்டு ஆரம்பமாவதற்கு வெகு முன்னாடியே வாடி வாசலைச் சுற்றிக் கூட்டம் எகிறி நின்றது" இப்படித் தொடங்குகிறது வாடிவாசல் எழுத்து. அங்கு கூட்டம் கூடுவதற்கு முன்பே சி. சு. செல்லப்பா முதல் ஆளாக நின்றுகொண்டிருக்கிறார். அந்தக் கணம் தொடங்கி வாடிவாசல் நிகழ்வு முடியும் வரை எல்லா இடமும் பரவலாக நின்று பார்த்துக்கொண்டிருக்கிறார். கட்டுக்களம் முழுவதும் விரியும் அவரின் கண், உள்ளே நுழையும் முதல் காளையிலிருந்து கடைசிக் காளைவரை பார்த்துப் பரபரப்பாக நிற்கும் மாடு அணைபவர்கள்மீது பதிந்து மேலும் நகர்கிறது. ஒரு கணம்கூட பிரக்ஞை விலகாது அங்கு நிகழும் எல்லாவற்றையும் விழியில் வாங்கி மென்றுகொண்டிருக்கிறார் தன் கதைக்காக.

திட்டமிட்டுச் செதுக்கியபடி நகர்கிறது கதை. ஜல்லிக்கட்டு தாண்டி அவருள் இறங்கிய ரசானுபவம், பின் அது உருவம் பெறுவதற்கான முயற்சி என்று எதுவும் தெரியவில்லை.

“மனிதனுக்குள்ளே அடங்கிக் கிடக்கும், சுபாவமான மிருகவெறி அந்தப் பொழுதுக்கு மேலோங்கி பொங்கி நின்ற நிலையில், மிருக சக்திக்கும் மனித சக்திக்கும் இடையே நடக்கப்போகும் போராட்டத்தைக் காண ...” என்று ஆசைப்படும் செல்லப்பா. அதுவே அவரின் உன்னத அனுபவமாக இருந்திருந்தால், இந்த அனுபவ அதிர்வைத் திரட்டி அதற்கேயான உருவம் தேடிச் சமைக்க முயன்றிருப்பார்.

மனிதனின் குணாம்சம் பல நேரங்களில் எப்படி மிருக வெறி கொண்டதாக இருக்கிறது என்ற தேடல் விரிந்து, அப்படிப்பட்ட மனித மிருக வெறியின் வெளிப்பாடுகளை அதற்கேயான தளத்தில் வைத்து, வாசக வெளியில் வீசி எறிந்து, அவன் பார்வையில் அந்த மிருக வெறியே காளையாகத் தோன்றும்படி செய்திருக்க வேண்டும். இப்படியான எழுத்தின் பயணத்தில் வாசகன் இருந்திருந் தால் மட்டுமே ஜல்லிக்கட்டு நிகழ்வைப் படைப்புலக நிகழ்வாகக் கண்டிருப்பான். அப்படியான உருவம் நாவலில் பிடிபட்டிருந்தால் தன்னை, சமூகத்தை இந்த மிருக வெறி எப்படிப் பேரழிவிற்கு இட்டுச் சென்றுகொண்டிருக்கிறது என்பதை உணர்ந்திருப்பான். மனிதகுல வரலாற்றில் மாறாத இந்த மிருக வெறியால், அடக்க முடியாது தோற்ற உண்மையால், நிகழ்ந்த அவலம் முழுவதும் காட்சியாகி, வாசக மனத்தில் ஒரு அதிர்வை ஏற்படுத்தியிருக்கும். இன்றும் ஒரு நல்ல குறியீட்டு நாவலாக நின்றிருக்கும்.

பாராபாஸ் நாவலில் விரியும் படைப்புலகம், சக்கரியாவின் ‘இதுதான் என் பெயர்’ – இல் சாத்தியமான படைப்புலகம் – எல்லா மும் உரைநடை வழியாக tale–இன் அடர்த்தி கொண்டு சிறந்த நாவலாக விரிந்துள்ளன. அவற்றில் படைப்பாளியின் புலன்விழி மென்று உள்வாங்கிய ரஸம், பிடிபடும் உருவத்தின்வழி உணரப்படு கிறது. பாராபாஸ் கண்வழியாகப் பார்க்கப்படும் ஜீசஸ், கோட்ஸே வழியாக உணர்த்தப்படும் சத்தியத்தின் எதிர்வினை – மிக விரிதல் கொண்ட கேன்வாஸ் ஒன்றின்முன் நிறுத்துகின்றன.

இந்த உரைநடை இலக்கியங்களோடு வாடிவாசலை அணுகிப் பார்க்கிறபொழுது கதை செய்வதைத் தாண்டி வசீகரம் கொள்ள வைக்கிற ரசபேதங்களை அறிய முடியவில்லை. வெ.சா. கூறியது மாதிரி அவர் கதை பண்ணுகிற மனிதர். அந்தக் கதை சிறுகதை அளவில் சரி. தருமு சிவராம் கூறுகிற மாதிரி இதில் நாவலுக்கான சகல அம்சங்களும் இருப்பதாக உணர முடியவில்லை. ஒரு தேரின் ஓட்டத்திற்கு இடையே செருகப்படுகிற கட்டைகள், ஓட்டத்தைத் திசை திருப்புகிற மாதிரி இதில் நிறைய இருக்கின்றன என்பதை மனம் ஏனோ மறுக்கிறது.

இலக்கியத்தில் மிகப் பெரிய பங்களிப்பினை ஆற்றிய அவரின் 'எழுத்து' இதழ், குறிப்பிட்டு சொல்லப்பட வேண்டிய சில கதைகள், அவரை மிக மதிக்க வேண்டிய படைப்பாளியாகவே கருதத் தூண்டுகின்றன. வாடிவாசல் என்ற குறிப்பிட்ட எழுத்து வடிவத்தின் மீதான பார்வையை மட்டுமே இங்கு பதிவு செய்திருக்கிறேன். இது அவரின் முழு எழுத்தின் மீதான விமர்சனம் அல்ல.

❖

புதிய கலையும் பழைய மதுவும்

க. மோகனரங்கன்

இன்று பின்னோக்கிப் பார்க்கும்போது, தமிழ் நவீன இலக்கியத்தில் சி. சு. செல்லப்பாவின் இடம் பிரதானமாக, எழுத்து பத்திரிகையின் ஆசிரியர் என்பதையொட்டியே இருக்கிறது. என்றாலும் அவருடைய சரசாவின் பொம்மை, பந்தயம் போன்ற சில சிறுகதைகளும் வாடிவாசல், ஜீவனாம்சம் ஆகிய குறுநாவல்களும் முன்னோடிப் படைப்புகள் என்னும் வகையில் இன்றும் நமது கவனத்திற்குரியவையே.

ஜீவனாம்சம் என்னும் அவருடைய இந்த இரண்டாவது நாவல் சுமார் 110 பக்க அளவுடையதாக இருந்தாலும் இதை நாவல் என்று வகைப்படுத்துவதில் ஒருவிதத் தயக்கம் இருக்கிறது. கதையின் மொத்த நிகழ்வுகளுமே இரண்டரை வருட காலத்திற்குள் நடைபெறுகிறவைதான். தன் தங்கையின் ஜீவனாம்சம் விஷயமாகக் கோர்ட்டுக்குச் சென்றுவிட்டு வெங்கடேஸ்வரன் வீடு திரும்புகின்ற மூன்று சந்தர்ப்பங்களும் அதையடுத்த ஓரிரண்டு

மணி நேரத்திற்குள் அவன் தங்கை சாவித்திரியின் மனதில், இறப்பிலிருந்து நடப்பிற்கென முன்னும்பின்னுமாகப் புரளும் நினைவலைகளுமே இந்நாவலில் விவரிக்கப்பெறுபவை. இந்நிகழ்வுகளின் காலக் குறுக்கமும் அவற்றின் மூலம் உருவாகின்ற ஒற்றை மையமும் ஒரு நாவலுக்குரியதல்ல என்பதாலும் இதன் பக்க எண்ணிக்கையை வைத்தும் இதைக் குறுநாவல் என்ற வகைமைக்குள் சேர்ப்பதே பொருத்தமாகப்படுகிறது.

இதில் கதையின் பின்னணியாக அவர் எடுத்துக்கொண்டிருப்பது அவருக்கு எழுத உவப்பான இரு வகுப்புகளில் ஒன்றான மதுரைப் பிரதேச பிராமண சமூகத்தையே (மற்றொன்று தேவர் சமூகம் – பார்க்க மணிக்கொடி சிறுகதை முதல்வர்கள், பக். 112). கதையின் பின்புலம் என்பதுதான் பாத்திரங்கள் இயங்குவதற்கான வெளியையும் காலத்தையும் தீர்மானிக்கிறது. இப்பின்புலம் அல்லது களன் எந்த அளவு நுணுக்கமாகப் படைக்கப்படுகிறதோ அந்த அளவிற்குத்தான் பாத்திரங்களின் பரிமாணங்களும் அவற்றிற்கிடையிலான சமூக உறவு நிலைகளும் மிக இயல்பாக உருவாகிவரும். அவ்விதமாக நோக்குகையில் செல்லப்பா எடுத்துக்கொண்ட பின்னணி மிகவும் நம்பகத்தன்மையுடனும் உயிர்ப்புடனும் இந்நூலில் சித்தரிக்கப்படுகிறது. இதனால் வாசிக்கும்போது பெரிய நெருடல்கள் ஏதுமின்றிச் சரளமாக மேற்செல்ல முடிகிறது.

இருபது வருடங்களுக்கும் மேலாக மனதில் கிடந்த பிறகுதான் இந்நூலிற்கு இப்போதைய இந்த வடிவம் வாய்த்ததாகத் தன் முன்னுரையில் குறிப்பிடுகிறார் செல்லப்பா. எண்ணத்திற்கும் எழுத்தாக்கத்திற்குமான இந்த நீண்ட இடைவெளிக்கு அவர் எடுத்துக்கொண்ட விஷயமும் எவ்விதத்தில் வெளிப்படுத்தினால் சரியாக அமையும் என்பது போன்ற யோசனைகளும் காரணமாக இருந்திருக்கக்கூடும்.

'எழுத்து' பத்திரிகையில் தொடராக 59 – 60இல் வந்தபின் இதன் முதற்பதிப்பு ஏப்ரல் 62இல் வெளியாகியுள்ளது. சுதந்திரமும் அதை முன்னிட்டுப் பரவலான கல்வியும், மரபில் உடைவுகளும், மறுமலர்ச்சிக் கருத்துகளும் விரைவாக உருவாகி அவை நிலைபெற்றுவந்த காலம் அது. அச்சூழலில் புதிய மதிப்புகளில் ஆழ்ந்த நம்பிக்கை உள்ளவர்களுக்கு, காலத்திற்கு ஒவ்வாத பழம் மதிப்பு என்பதுபோலத் தோன்றக்கூடிய ஒன்றை இந்நாவலில் சாவித்திரியின் மூலம் முன்வைக்கிறார் செல்லப்பா. ஆனால், தன் சுயமதிப்பீட்டிற்கான நியாயத்தை அதன் காரண, காரியங்களுடன் நேரடியாகக் கருத்தியல் தளத்தில் முன்னிறுத்தாது, மறைமுகமாகத் தன்னுடைய படைப்பு உத்தி வழியாக, அணுகியதில்தான் அவரின் புத்திசாலித்தனம் அடங்கியுள்ளது எனலாம்.

'சம்பவங்கள் அதிகமில்லை, ஒரு சிறு நினைவு எழுப்பும் சிந்தனை, ஒரு நொடிப் பொழுதில் உதயமாகும் யோசனை போன்றவைதான்

செல்லப்பா கதைகளைக் கட்டி எழுப்பும் அஸ்திவாரம், என்று ந. சிதம்பர சுப்ரமணியன் குறிப்பிட்டது (ஸரஸாவின் பொம்மை சிறுகதைத் தொகுப்பு முன்னுரை) இக் குறுநாவலுக்கும் பொருந்தும். கதை முழுவதுமே சாவித்திரியின் மனோ விசாரங்களாகவும் கால வரிசை நியதி ஏதுமின்றி எண்ணங்களின் தன் போக்கிலான அசைபோடுதலில் தோன்றும் நினைவுப் பெருக்காகவுமே விவரணை பெறுகிறது. அதற்கேற்பச் சாவித்திரியின் மனக்குரலாக ஒலிக்கும் மொழியைப் பேச்சின் ஒலி இயைபிற்கு ஒத்ததாக, நிறைய மரபுத் தொடர்களுடன் கூடிய ஒன்றாக அமைத்திருப்பது அக்குரலுக்கு ஒருவித அந்தரங்கத் தொனியை தருகிறது. இதனால் அப்பாத்திரம் கால மாறுதலில், தன் சிந்தனைப் போக்கின் தொடர்ச்சியாய் எடுக்கும் முடிவை, எவ்விதமான லௌகீக தர்க்கங்களுக்கும் உட்படுத்தி ஆராயாமலே ஏற்றுக்கொள்ள வேண்டிய நிலைக்குத் தள்ளப் படுகிறோம். இதுவே படைப்பாளியாக இந்நூலில் செல்லப்பா பெறுகின்ற வெற்றியாகும்.

மற்றபடி அவரே குறிப்பிடுவதுபோல மிக நிதான:மான கதியில் நகரும் இக்குறுநாவல், விதியினால் வஞ்சிக்கப்படும் ஒரு விதவைப் பெண்ணின் மன இயக்கத்தை உற்று நோக்குவதன் வழியாக அவளது நெருடல்கள் உருக்கூடிச் சஞ்சலமாகிப் பிறகு அதுவே மாற்ற முடியாத தீர்மானமாக உருவெடுக்கும் வரையிலான ஒவ்வொரு சிறு அசைவையும் நுட்பமாகக் காட்சிப்படுத்துகிறது. முழுக்க, முழுக்க நனவோடைப் போக்கில் ஒரு பாத்திரத்தின் நினைவுத் தடத்தைப் பின்தொடர்ந்து செல்வதிலேயே முழு உருவடைகிறது என்பது அன்று தமிழுக்குப் புதிது. இலக்கிய ரீதியாக இதன் மதிப்பு இன்று பின்தங்கிப் போனாலும் தமிழ் உரைநடைப் படைப்புகளின் பரிணாம வளர்ச்சியைச் சுட்டும் காலரீதியிலான ஒரு புள்ளி என்ற அளவில் இன்றும் இதற்கு ஒரு வரலாற்று மதிப்பு உண்டு.

❖

சார்புகளும் சரிவுகளும்

பாவண்ணன்

ஒரு நாவலையும் வரலாற்று நாவலையும் எந்த அம்சம் வேறுபடுத்துகிறது என்பது முக்கியமான கேள்வி. இரண்டுமே அடிப்படையில் கதை வடிவங்கள் ஏற்கனவே உருவாகிவந்திருக்கிற தனித்தன்மைகளோடும் புதிய சாத்தியக்கூறுகளை உருவாக்கும் முயற்சிகளோடும் வாசகனோடு தொடர்பு கொள்பவை. இரண்டு வடிவங்களிலுமே கதைகளை நிகழ்த்திக்காட்ட ஒரு பின்னணி தேவை. ஒரு நாவலின் பின்னணியாக நினைத்ததை அமைத்துக்கொள்ளும் சுதந்திரம் படைப்பாளிக்குண்டு. படிக்கும்வரை அது வாசகனுக்குத் தெரிந்திருக்க வேண்டிய கட்டாயம் எதுவுமில்லை. ஆனால் ஒரு வரலாற்று நாவலில் பின்னணியாக வரலாறு இருந்தாக வேண்டும் என்கிற கட்டாயம் நேர்ந்துவிடுகிறது. படிப்பதற்கு முன்னரேயே அது வாசகனுக்குப் பல்வேறு வழிகள் வழியாகத் தெரிந்த ஒன்றாகவும் அமைந்துவிடுகிறது. பல சமயங்களில் படைப்பாளிக்கு எந்த அளவுக்கு வரலாறு தெரிந்திருக்கிறதோ அதே அளவு வாசகனுக்கும்

தெரிந்திருக்கும் வாய்ப்புகளும் உண்டு. இந்த நிலையில் கதையின் போக்கும் முடிவும் வாசகனுக்குத் தெரிந்த விஷயங்களாகிவிடுகின்றன. அந்த வாசகனிடம் மீதிக் கதையை எப்படிச் சொல்லி எப்படி வெற்றியடைவது என்பதே வரலாற்று நாவல்கள் சந்திக்க வேண்டிய முக்கிய சவால்.

சுதந்திரப் போராட்டக் காலப் பின்னணியைக் கொண்ட வரலாற்று நாவல் என்றதும் அப்பின்னணியைப் பற்றிய தகவல்கள் உடனடியாக வாசகர்களுக்குத் தெரிந்தவையாக மாறிவிடுகின்றன. சிப்பாய்க் கலகம் முதல் நவகாளி யாத்திரைவரை, ஜாலியன் வாலாபாக் படுகொலை முதல் காந்தியின் கொலை வரை பல சம்பவங்களைப் பற்றிக் கூடுதலாகவோ குறைவாகவோ வாசகர்கள் தெரிந்துவைத்திருக்கிறார்கள். அவர்களுடைய படிப்பு, ஈடுபாடு, தகவல் ஊடகங்களுடனான தொடர்பு ஆகியவற்றையொட்டி இந்த விஷயஞானம் அமைகிறது. அப்படியென்றால் தெரிந்த விஷயங்களான இவையெல்லாம் ஒரு வரலாற்று நாவலில் மீண்டும் இடம்பெற வேண்டிய அவசியம் என்ன என்கிற கேள்வி எழுகிறது. இச் சம்பவங்களின் கூட்டுப் பின்னணியுடன் ஒரு விவாதக்களத்தை உருவாக்க வேண்டும் என்பதற்காகவே இவை மீண்டும் இடம் பெறுகின்றன என்பதுதான் அக்கேள்விக்குப் பதில்.

எந்த வரலாற்றுக் குறிப்பு ஒரு நாவலில் இடம்பெறுகிறதோ அக்குறிப்புக்கு ஒரு சம்பவப் பின்னணியும் அச்சம்பவத்துக்கு ஒரு கருத்துப்பின்னணியும் அக்கருத்துக்கு ஒரு தத்துவப் பின்னணியும் உண்டு. ஒரு சம்பவத்தையொட்டிய விவாதம் என்பது உண்மையில் அது பிரதிபலிக்கிற கருத்தோடும் தத்துவத்தோடும் நடத்தும் விவாதமே ஆகும். பல குறுக்குவெட்டுகள் வழியாகவும் பல பாத்திரங்கள் வழியாகவும் பல பார்வைகள் வழியாகவும் இந்த விவாதம் தொடர்ந்து நிகழ்ந்து அதன் களம் விரிவடைகிறது. காலம் காலமாக உருவாகித் திடத்தன்மை அடைந்திருக்கும் கருத்துகளும் புதிதாகத் தோன்றியிருக்கும் கருத்துகளும் தான் இவ்விவாதக் களத்தில் உண்மையில் உரையாடிக்கொள்கின்றன.

ஒரு வரலாற்று நாவலாசிரியன் எந்த அளவுக்கு இந்த உரையாடலுக்கு இடமளிக்கிறான் என்பதைப் பொறுத்துத்தான் நாவலின் தகுதி உருவாகிறது. அப்படிப்பட்ட நாவல் வாசகச் சிந்தனையில் படிந்திருக்கிற கருத்துகளை உடனடியாக மறுபரிசீலனைக்கு உட்படுத்தத் தூண்டுகிறது. இந்த மறுபரிசீலனையால் வாசகனுக்குள் ஏராளமான கேள்விகள் முளைக்கின்றன. எல்லாக் கேள்விகளோடும் அவன் அந்த நாவலை நோக்கிச் செல்கிறான். கண்டடைகிற பதிலால் அவன் ஒருவித நிறைவையோ அல்லது கசப்பையோ உணரலாம். ஒருவகையில் இவ்வுணர்வை உருவாக்குவதற்காகவே வரலாற்று நாவல்கள் எழுதப்படுகின்றன. உலகில் எழுதப்பட்ட எல்லா வரலாற்று நாவல்களும் கூட்டு விவாதங்களின் தொகுப்பு முயற்சிகளே.

செல்லப்பாவின் 'சுதந்தர தாகம்' நாவல் இந்தியச் சுதந்திரப் போராட்டப் பின்னணியில் சுதந்திரம் என்னும் கருத்தாக்கம் மதுரையைச் சார்ந்த சில இளைஞர்களின் வாழ்விலும் பார்வை யிலும் ஏற்படுத்திய தாக்கங்களைச் சித்தரிக்க முயற்சிசெய்கிறது. தேசம் முழுக்கப் பற்றிப் படர்ந்துகொண்டிருந்த சுதந்திரப் போராட்டத் தீயின் வெம்மையிடம் இளைஞர்கள் தம்மையே ஒப்படைக்கும் சித்திரத்தை உருவாக்கச் செல்லப்பா விரும்புகிறார். இந்த நாவலில் இரு கோணங்களில் இந்த உருவாக்கம் நிகழ்கிறது. ஒரு கோணத்தில் நாடெங்கும் நடந்த சுதந்திரப் போரில் காந்தியின் தலைமையை ஏற்றுக்கொண்ட போராட்டக்காரர்களுடைய செயல்பாடுகளின் தகவல் தொகுப்பு உருவாக்கப்படுகிறது. காந்திய இயக்கத்தின் ஒவ்வொரு செயல்பாட்டையும் உணர்ச்சிப்பூர்வமாக ஏற்றுக்கொண்ட மதுரை இளைஞர்களின் செயல்பாடுகள் இன்னொரு கோணத்தில் உருவாக்கப்படுகின்றன. முதல் கோணத்தின் வெளிச்சத்தை உள் வாங்கிப் பிரதிபலிக்கும் விதமாகவே இரண்டாவது கோணம் வடிவமைக்கப்பட்டிருக்கிறது. முதல் கோணம் ஆற்றுவெள்ளம் என்றால் இரண்டாவது கோணம் ஆற்றுநீரைச் சுமந்தோடுகிற கால்வாய் என்று சொல்லலாம். இந்த ஒருமைத் தன்மையால் நாவலுக்குள் எந்த இடத்திலும் மோதல் நிகழவே இல்லை.

இந்த நாவலின் அடிப்படை மையம் சுதந்திரம் என்கிற கருத்தாக் கம். காந்தியைப் பொறுத்தவரையில் சுதந்திரம் என்பது வெறுமனே வெள்ளைக்காரர்களிடமிருந்து பெற வேண்டிய சுதந்திரம் மட்டு மல்ல. அரசியல் சுதந்திரம், பொருளாதாரச் சுதந்திரம், தீண்டாமைக் கொடுமையை நாட்டைவிட்டே ஒழிக்கிற சுதந்திரம், மனிதர்களை மதிப்பதற்கான சுதந்திரம், ஒழுக்கம் நிறைந்த செயல்பாடுகளின் மீதான நம்பிக்கையை வெளிப்படுத்தும் சுதந்திரம், மதப் பெருமை பேசாத சுதந்திரம், பிற மதக்காரர்களை அரவணைத்துச் செல்கிற சுதந்திரம், சகலரையும் கடவுளின் குழந்தைகளாகக் காண்கிற சுதந்திரம் என்று ஏராளமான பொருட்களை விரிவாகத் தரக்கூடிய சுதந்திரத்தையே சுதந்திரம் என்று மையப்படுத்துகிறார் காந்தி.

மன ஒழுங்குக்கு காந்தி கொடுத்த முக்கியத்துவத்தைப் புரிந்து கொள்ள நாவலிலிருந்தே இரண்டு இடங்களைப் பற்றிக் குறிப்பிட லாம். பொதுமக்கள் காவல் நிலையங்களை எரிக்கப் புறப்பட்ட சௌரிசௌரா சம்பவத்தால் வருத்தமுற்ற காந்தி தான் அறிவித் திருந்த ஒத்துழையாமை இயக்கத்தை ரத்து செய்து அறிவிப்பு விடுக்கிறார். இது ஒரு சம்பவம். சிறைவாசத்துக்கிடையே எதிர் பாராத விதமாகக் குடல்வால் சிகிச்சைக்கு உட்பட வேண்டிய நிர்ப்பந்தம் ஒருமுறை காந்திக்கு நேர்கிறது. அறுவை சிகிச்சை முடிந்ததும் அவரது உடல்நிலையைக் கருத்தில்கொண்டு இன்னும் இரண்டாண்டுகள் சிறைத் தண்டனை மிச்சமிருக்கிற சூழலில் காந்தியை விடுதலை செய்துவிடுகிறது அரசாங்கம். விடுதலை

அடைந்தாலும் தனக்குத் தரப்பட்ட சலுகையை ஒருபோதும் அரசியல் நடவடிக்கைகளுக்காகப் பயன்படுத்திக்கொள்ளமாட்டேன் என்று அறிவித்துவிட்டு வேறு சில பொதுவான சமூகசேவைகளில் ஈடுபட்டுவிடுகிறார். இது மற்றொரு சம்பவம். மன ஒழுக்கத்தையும் மனக் கட்டுப்பாட்டையும் சுதந்திரம் என்கிற கருத்தாக்கத்தோடு அவர் எந்த அளவுக்கு இணைத்துப் பார்த்தார் என்பதற்கு இவ்விரண்டு சம்பவங்களும் மிகச் சரியான எடுத்துக்காட்டுகளாகும்.

எல்லா தேசபக்தர்களின் மனங்களிலும் இத்தகைய கருத்து ஆழமாகப் பதிய வேண்டும் என்பது காந்தியின் கனவு. இக்கனவு வழியாகவே ராமராஜ்ஜியக் கனவைச் சாத்தியப்படுத்த முடியும் என்பது அவர் நம்பிக்கை. ஏராளமான குறுக்குவெட்டுக்களால் விவாதிக்கப்பட வேண்டிய இக்கருத்தாக்கத்தை விவாதங்களைத் தவிர்த்து ஏற்றுக்கொண்ட சூழலையே நாவல் முன்வைக்கிறது. வெள்ளையர்களிடமிருந்தான அரசியல் சுதந்திரம் என்கிற வகையில் நாவலின் பரப்பளவு மிகவும் குறுகிவிடுகிறது. இப்போக்கு விரிவடைய வேண்டிய நாவலின் தன்மையை ஒற்றைத் திசையை நோக்கித் திருப்பிவிடுகிறது. காந்தி அடைய நினைத்த அரசியல் சுதந்திரத்தை வேறு திசைகளில் அடைய நினைத்தவர்களுடைய மாற்றுத் தரப்புகளும் நாவலில் எங்கும் பெரிய அளவில் பதிவாகாமலே போயிருக்கின்றன. எதிர்த்தரப்புக்களான ஆங்கில அரசாங்கம், காவல்துறை, பிற அரசியல் கட்சிகள், பிற மதத்தினர், சாதிகள், குடும்பங்கள் எனப் பல நிறுவனங் களின் பங்களிப்பும் இந்த நாவலில் இடம்பெறவில்லை. இடம்பெறுகிற ஒருசில தருணங்களிலும் அவை நாவலுக்கு எவ்வித வலிமையும் சேர்க்காதவையாக இருக்கின்றன.

வாசக இடைவெளிகளுக்கு எந்தவிதமான இடமுமின்றி எல்லா இடங்களையும் தம் சுயசரித்திரம் சார்ந்த குறிப்புகளால் செல்லப்பா நிரப்பிக்கொண்டேபோவது துரதிருஷ்டவசமானதாகும். வினாவாக வும் விடையாகவும் விவாதமாக மாறியிருக்க வாய்ப்புள்ள இக் குறிப்புகள்கூட வெறும் சடங்குத்தன்மையோடு இடம்பெற்றிருக் கின்றன. எடுத்துக்காட்டாக, சைமன் குழுவை வெளியேற்றச் சொல்லும் போராட்டத்தோடு நாவல் தொடங்குகிறது. இக்குறிப்பையொட்டி நிகழும் நடவடிக்கைகள் இப்போராட்டத்தை எப்படி வெற்றிகரமாக நடத்தவேண்டும் என்ற திட்டமிடுதல்களாகவும் நிறைவேற்றுதல்களா கவும் மட்டுமே இருக்கின்றன. எந்த இடத்திலும் சைமன் குழுவின் வாதம் ஒரு தரப்பாக மாறவே இல்லை. மக்கள் அனைவரும் ஆங்கிலேயர்களுக்கும் ஆங்கில ஆட்சிக்கும் எதிரானவர்களாக இருந்தது போன்ற ஒரு தோற்றத்தைத் தருகிறது நாவல். மாறாக, ஆங்கிலேயர் களுக்கு ஆதரவாக நடந்தவர்களும் இங்கே இருந்திருக்கிறார்கள். ஆங்கில ஆட்சிக்கே தன் ஆதரவு எனப் பகிரங்கமாக தெரிவித்து அந்த அறிவிப்புக்கு ஆதரவு தேடியவர்களும் இங்கே இருந்திருக் கிறார்கள். இந்தத் தரப்புகளும் முன் வைக்கப்பட்டு நிகழ்ந்திருக்க

வேண்டிய விவாதத்தை செல்லப்பாவின் நாவல் கணக்கில் எடுத்துக் கொள்ளவே இல்லை.

இந்த நாவலுக்கான வடிவத் தேர்வுக்குத் தல்ஸ்தோயின் "போரும் அமைதியும்" தூண்டுதலாக இருந்ததாகக் குறிப்பிடுகிறார் செல்லப்பா. நெப்போலியனுடைய படையெடுப்பைப் பின்னணியாகக் கொண்ட ஒரு படைப்பாக மட்டும் போரும் அமைதியும் நாவலைச் செல்லப்பா நினைத்துக்கொள்வதாகத் தெரிகிறது. ஆனால் தல்ஸ்தோய் எழுதுவது நெப்போலியனைப் பற்றிய புது வரலாறு. இனத்தின் பெயராலும் தேசிய அடையாளங்களின் பெயராலும் காலம் காலமாக மக்கள் பிளவுபடுத்தப்பட்டுப் போரில் ஈடுபடுத்தப்பட்டு மரணமடைவதற்கு எதிரான மையத்தை போரும் அமைதியும் நாவல் உருவாக்க முயற்சி செய்கிறது. போர், வீரம், அறம், அமைதி ஆகிய எல்லாக் கருத்தாக் கங்களும் இச்சந்தர்ப்பத்தை ஒட்டி மறுபரிசீலனை செய்யப்படுகின்றன. இந்த விவாதம் நிகழத் தோதாக ஏராளமான கதைமாந்தர்களை உருவாக்கி குறுக்கும் நெடுக்குமாக ஏராளமான சம்பவங்களையும் உருவாக்கி வைக்கிறார் தல்ஸ்தோய். செல்லப்பா தன் நாவலில் இத்தகு விவாதத்தை உருவாக்குவதற்கான முயற்சியை மேற்கொள்ளவே இல்லை. காந்தியின் அணுகுமுறைக்கு மாறான பார்வையோ கருத்தாக்கமோ ஓர் இடத்திலும் சித்தரிக்கப்படவில்லை. செல்லப்பா என்கிற தனிமனிதரின் மனத்தில் நிறைந்திருக்கும் காந்தியச் சார்பு மற்ற பார்வைகளைக் கணக்கிலெடுத்துக்கொள்ள ஒரு தடையாக மாறி நாவலைச் சரியவைக்கிறது.

சுதந்திரப் போராட்டத்தின் வரலாற்றை அணுகும் முறையில் அடிப்படையான பார்வை மாற்றம் எத்தகைய விளைவை ஏற்படுத் தும் என்பதற்கு என். எஸ். ஜெகந்நாதனுடைய மொழிபெயர்ப்பில் தமிழுக்கு வந்த பதினாத் பாதுரி என்கிற வங்க எழுத்தாளருடைய "விடியுமா?" என்னும் நாவலை எடுத்துக்காட்டாகச் சொல்லலாம். சுதந்திரப் போராட்டத்தில் ஈடுபட்ட எல்லாப் பிரிவுகளின் கருத்தாக்கங்களையும் செறிவான முறையில் மோதவிடுகிறார் பாதுரி. இந்த விவாதத்தில் முடிவு சுதந்திரம் என்றால் என்ன என்கிற கண்டடைதலாக இருக்கிறது. இந்தப் பாதையில் பல எண்ணங்களை உடைத்தபடியும் சில எண்ணங்களைச் சேகரித்த படியும் செல்கிறார் பாதுரி. பாதுரிக்கு எத்தத்துவத்தின் மீதும் முன்தீர்மானம் இல்லை. இதற்கு நேர்மாறாகச் செல்லப்பாவிடம் காந்தியின் மீதும் காந்தியத்தின் மீதும் அதீதச் சார்புகள் நிறைந்திருக்கின்றன. இச்சார்புகள் அவரை எந்த விவாதத்திலும் இறங்கிவிடாமல் தடுத்துவிடுகின்றன.

மாற்றுத் தரப்புகளையும் மாற்று அடிப்படைகளையும் ஒதுக்கி வைக்கும் வகையாலும் காலத்தை உருவகிக்கும் விதத்தாலும் நாவல் உருவாகும் சாத்தியப்பாடுகளைச் செல்லப்பாவே தவறவிடுகிறார். ஒரு குறிப்பிட்ட ஆண்டுக் கணக்குக்கு உட்பட்ட காலப்பரப்பில் கதையை முன்வைக்கும் செல்லப்பா, அக்காலத்தை எல்லையற்ற

காலத்தின் பகுதியாக மாற்ற முயற்சி செய்யவே இல்லை. மாறாக, இந்த நாளிலிருந்து இந்த நாள்வரை என்கிற வெறும் காலக் கணக்குக்கு உட்பட்ட ஒன்றாக மட்டுமே சுருக்கிவிடுகிறார். அடுத்தடுத்து காலவாரியாகச் சம்பவங்களை அடுக்கிக்கோர்க்கும் பாணிக்குப் படைப்பை உட்படுத்திவிடுவதால், விரிவுகொள்ள வேண்டிய நாவலை நெடுங்கதையாகச் சுருக்கிவிடுகிறார்.

நாவலின் இறுதிப் பகுதியில் முக்கியமான காட்சியொன்று இடம்பெறுகிறது. சிறைவாசத்தின்போது தனக்குத் தரப்பட்ட அடையாள வில்லையைப் பாதுகாக்கப்பட வேண்டிய ஞாபகச் சின்னமாகச் சிவராமன் நினைக்கும்போது தொலைவாக எறிந்து விட்டுச் சாப்பிட வருமாறு அழைக்கிறாள் பாட்டி. சுதந்திர தாகத்தோடும் லட்சிய வேகத்தோடும் ஆறேழு ஆண்டுகள் இயங்கிய ஓர் இளைஞன் இறுதியாக அடைந்தது ஓர் அடையாள வில்லை மட்டுமே. கனவுக்கும் யதார்த்தத்துக்கும் நடுவிலுள்ள இந்த இடை வெளியில்தான் மானுட வாழ்வு தன் சுதந்திர தாகத்தைத் தணித்துக் கொள்ளத் தவியாய்த் தவிக்கிறது. காலம்காலமாக மானுடனை அலைக்கழிக்கும் தணியாத தாகம் இது. காலத்தின் துளியாக இந்த வாழ்வை முன்னிறுத்தி விவாதங்களின் எல்லையில் எஞ்சுகிற விடையைக் கண்டடைய வேண்டிய வாய்ப்பைச் செல்லப்பா தவறவிடுகிறார். மேலும் அனுபவங்களை விவாதத்துக்குட்படுத்தி விடையைக் கண்டடைவற்கு மாறாக, அந்த அனுபவங்களை அடையாளச் சின்னமாக்கி நெஞ்சில் சுமந்துகொள்ள விரும்புகிறவ ராகவும் மாறிவிடுகிறார். பறந்து தாவ வேண்டிய ஒரு படைப்பைத் தகவல்கள் நிறைந்த தரைக்கு இழுத்துவிடுகிறார்.

மிகப்பெரிய விளைச்சலைத் தரவேண்டிய ஒரு விவசாயியின் உழைப்பு, கடும் வெயில், சூறாவளி, வறட்சி, தண்ணீர்ப் பற்றாக் குறை, பூச்சி அரிப்பு என ஏராளமான காரணங்களால் நாலில் ஒரு பங்கைக்கூட அறுத்து எடுக்க முடியாத அளவுக்கு வழியின்றிப் போவதைக் காண நேரும்போது உருவாகும் சங்கட உணர்வே செல்லப்பாவின் நாவலைப் படித்து முடித்ததும் ஏற்படுகிறது.

(சுதந்திர தாகம் - நாவல். மூன்று பாகங்கள். சி. சு. செல்லப்பா. வெளியீடு: எழுத்து - வெளி 17, பிள்ளையார் கோயில் தெரு, திருவல்லிக்கேணி, சென்னை - 600 005. மொத்த விலை ரூ. 400)

❖

பிரம்மாண்டமும் ஒச்சமும்

த. பார்த்திபன்

தமிழில் புதுக்கவிதையின் முதற்கொள்கையாளர், ஆரவார ஆதரவாளர் சி. சு. செல்லப்பா. இந்தப் பின்புலத்தில் இவரது கவிதைகள் வெளியாகி சுமார் 35 வருடங்கள் கழித்து இன்று வாசிப்பதன் காரணி சில நோக்கங்களை அடைவதில் உள்ளது. மூத்த தலைமுறைப் படைப்பாளியின் படைப்புகள் மீது தற்கால கவனம் என்பது வரலாற்றின் ஊடே, அப்படைப்புகளின் கவித்துவ சேர்க்கைகளின் சமகால ஆளுமைகளை அடைதல், நிகழ்காலத் தேவைகளை உணர்தல் என்பனவாக அந்நோக்கம் உருவம் பெறுகிறது.

சி. சு. செல்லப்பா என்ற பெயர் கேட்ட உடன் உருவாகும் மனச்சித்திரம் பிரமாண்டமானது. அயராத உழைப்பாளி, பெரும் உத்வேகி, அதீத தன்னம்பிக்கையாளர், தளராத பிடிவாதக்காரர்; இவற்றுடன், புதிய இலக்கியப் போக்குகளை அடையாளம் காணும் பார்வை கொண்டவர், மேற்கத்திய இலக்கிய இயல்கள், இயங்கள், இயக்கங்கள்

குறித்து தெளிவான அறிமுகமும் அவற்றின்மீது விமர்சனமும் கொண்டிருந்தவர். சிறந்த சிறுகதையாசிரியர், நாவலாசிரியர், கவிஞர், மொழிபெயர்ப்பாளர், தேர்ந்த பகுப்பாய்வு விமர்சகர் என்று பன்முகங் களில் தன் படைப்புப் பங்களிப்பைச் செய்துள்ளவர். மேலாக ‘எழுத்து’ப் பத்திரிகையின் ஆசிரியர். எல்லா வலிகளையும் தாங்கிக் கொண்டு தமிழில் புதுக்கவிதை ஒரு இயக்கமாக வளரவும் நிலைபெற வும் காரணகர்த்தாவாக இருந்தவர்.

புதுக்கவிதை மீதான கறாரான பார்வையும், புதுக்கவிதை குறித்து பல போக்குகள்மீது தெளிவான சிந்தனையும், சங்க இலக்கியப் பிரதிகளின் வார்த்தைக் கட்டுக்கோப்பு அடக்கத்தில் அவற்றைப் புதுக்கவிதையின் முதல் உதாரணங்களாகக் கண்டவர் சி. சு. செல்லப்பா. இந்த அறிதலை மீறிய இவரது படைப்புக் கவிதைகள், போதாமைகள் பல பெற்றுள்ளன; இவர் புதுக்கவிதைகளாய்க் கண்டு அடைந்தவை களுக்கு எதிராய் இவரது கவிதைகள் வெளியாகியுள்ளன. பெரும் ஊதாரித்தனமான வார்த்தைகள் கொண்ட இவரது கவிதைகள் மீதான வாசிப்பு இவருக்கும் அதாவது இவரது பிரம்மாண்டமான பிரமிப்பூட்டும் மனச்சித்திரத்திற்கும் வாசகனுக்கும் இடையே ஒரு வெற்றிடத்தை உருவாக்குகிறது.

ந. பிச்சமூர்த்தியைப் பின்தொடரும் மொழியுடன், அழகுணர்ச்சி யில் ஆட்பட்ட, தொடர் வர்ணனை நடையுடனான கவிதைகள் தனியாளுமையற்று இன்றைய வளர்நிலையில் கவனமும் ஈர்ப்பும் இழந்துள்ளன. வாசகனுக்கு இக்கவிதைகள் சவால்கள் எழுப்புவதில்லை. செறிவான அனுபவ உலகை, கவிஞரின் பங்களிப்பாக மாற்ற இவரது வார்த்தைகள் தவறி விடுகின்றன. இவை நவீனத்துவம் சார்ந்து உள்ளன என்பது மேற்கத்திய வடிவம் ஒன்றை மேற்கொண்ட தால் மட்டும் என்ற ஒற்றைச் செயலில் பலவீனம் பெற்று அக்கருத் தாக்கம் நொறுங்கிவிடுகிறது. மொழிப் புத்துயிர் பெறாது பழமை சார்ந்தே நிற்கிறது. புனைவு பெறுவதும் பழகிய கருத்துருவங்களே. “புதுக்கவிதை இயக்கத்தின் தலைப்பீடம் என்ற நிச்சய அங்கீகாரம் புதுக்கவிதை படைப்பாக்கத்திற்கு இல்லை”. இவரது பங்களிப்பு புதுக்கவிதை பரப்பின் ஓர விளிம்பில் பட்டும் படாமலும் தொத்திக் கொண்டிருக்கின்றன என்றே குறைத்து மதிப்பிடப்படும்.

அடிப்படையில் காங்கிரஸ் இயக்கவாதியாகவும் மேற்கத்திய ஆட்சி அதிகாரங்களுக்கு எதிராகவும் செயல்பட்டவர் சி. சு. செ. இலக்கியத் தளத்தில் மேற்கத்திய இலக்கியக் கொள்கைகளை இவர் முன்னுதாரணமாக்கிக் கொண்டது பெரிய முரண். நல்லன தேர்தல் அடியோட்ட நோக்கை கொண்ட ஒன்றில் இவர் தேர்வு நல்ல விளைவே என்று யூகிக்க இன்று இடமுள்ளது. இதே முரணை மேற்கத்திய உருவ உத்தியை மேற்கொண்டபோதும்; உள்ளடக்கத்தில் இந்திய மரபு மனத்தையும் இந்திய நிலத்தையும் பொழுதையும் இவர் வெளிப்படுத்தியுள்ளதிலிருந்தும் பெறுகிறோம்.

காந்தியமும் சுதந்திரப் போராட்டமும் நிலக்காட்சிகளும் பேர வாவாக உள்ள படைப்புலகில் நடப்பு அரசியல், அகப்புற வாழ்க்கை யின் நெருக்கடிகளும் வெளிப்படுகின்றன. அறிவியல் வளர்ச்சி குறித்த ஒவ்வாமை பயம், உலக அரசியல், அரசுகள், ஆட்சியாளர்கள் குறித்த அச்சம் என்பன வெளிப்படும் கருத்துக்களால் சில கவிதைகள் பலவீனங்களை மீறி கவனம் வேண்டும் ஒன்றாகின்றன.

மெரினா கடற்கரையின் வெவ்வேறு நேரக்காட்சிகளின் சித்த ரிப்பை 444 வரிகளில் வெளிப்படுத்தும் "மெரினா" – நீண்ட கவிதை யும்; 2000 வரிகளைக் கொண்ட மகாத்மா காந்தியின் வாழ்க்கை, சாதனை, போதனை, போராட்டங்கள் மீதான "நீ இன்று இருந்தால்" – குறுங்காவியமும் இவரது சோதனை முயற்சிகளாக அடையாளம் காணலாம். இவ்விரண்டின் மீதும் 1962இல் வல்லிக்கண்ணன்: "இவ்வளவு நீளமாக எழுத வேண்டும் என்று ஆசைப்படாமல் கவிதைக்கு வேகமும் உணர்ச்சியும் அதிகம் கொடுத்து இன்னும் நன்றாக எழுதியிருக்கலாம்", "இதில் வரண்ட முறையில் சொல்லப் பட்டுள்ள பல விசயங்களை அதிக வலுவோடும், விறுவிறுப்பாகவும் வசனமாகக் கட்டுரை வடிவில் எழுத முடியும், எழுதியிருக்கலாம்", "வலிந்து செய்யப்பட்ட சொல்லடுக்கு வேலையாக இக்கவிதை அமைந்துள்ளது. இயல்பான ஓட்டம் இல்லை. ரசித்து மகிழக்கூடிய சிலசில வரிகள் அங்கங்கே தென்படுகின்றன" -1 என்ற கருத்தும்; 1999இல் ராஜமார்த்தாண்டனின் பொதுவான கருத்தான "கவிஞராகச் செல்லப்பாவின் கவிதைப் பங்களிப்பை சிறப்பித்துச் சொல்ல இயல வில்லை" -2 போன்று, சமகால பிற்கால மதிப்பீடுகள் போலவே என் கருத்து நிலையிலும் உயர்நிலை பெறவில்லை. வேறு விமர்சனங்கள் இவர் கவிதைகள் மீது இல்லை என்றே கருதுகிறேன். கிடைப்பன இவரது உருவ, மொழி, நடை, உத்தி பற்றி மட்டுமே அடையாளப் படுத்துகின்றன; உள்ளடக்கம் மீதான கவனம் எழாமல் போயுள்ளது, இக்கவிதைகள் மீது நமது மறுவாசிப்பை எழுப்புகிறது.

இவரது "பண்டமாற்று" கவிதை:
"நீ கொடுத்த வாக்கு
நீரின்மேல் எழுத்து
நான்கொடுத்த வாக்கு
தீயில் இட்ட நாக்கு
தீர்ந்தது கணக்கு".

சமகால நடப்புகளிலிருந்து பெற்ற மன அழுத்தத்தின் ஆழமாக இக்கவிதையைக் கொண்டால், இங்கு பெறப்படும் பகடியையும், சமமற்ற எதிரிணைகளால் அடையும் இறுகிய மனதின் தார்மீக கோபத்தையும் மனப்புழுக்கத்தையும் அடையலாம். மற்றொரு கவிதை "காமிரா":

"போட்டோ எடுக்கையில்
என்னையே பார்த்தார்கள்
போட்டோவை காட்டுகையில்
தன்னையே பார்த்தார்கள்"

என்பது அடையும் நிலையும் அதுவே. இவை சுட்டும் சுயமும், பெறப்படும் தொனியும் ஒரு அடையாளமாகக் கொண்டால் "என்று வருவானோ", "அறிவேனா", "மீட்சி", "கலைச்சிறை", "கணக்கு", "நீயும் நானும்" போன்ற கவிதைகள் சிறு பிரதிநிதித்துவத்துடன் வெளியாகியுள்ளன.

புற உலகின் அவசியமற்ற சப்தங்கள் மீது அகஉலகிலிருந்து எழும் எதிர்வினையாக உருவான, மூன்று படிமங்களால் மட்டும் அமைந்த வித்தியாசமான கவிதை "ஒலிபெருக்கி":

"இசை அலறும்
எரிமலை வாய்;
சொல் நொறுங்கும்
கல் ரோலர்;
ஐவ்வு எரிக்கும்
கொல்லுலைக் கோல்!"

– ஒலிச்சீர்கேடு குறித்து அமைவில் அளவான இக்கவிதை உக்கிரமான உணர்வுகளையும் கசப்பு மனநிலையையும் தீவிரமாக வெளிப்படுத்தி இயங்கும் விரிவைப் பெறுகிறது. நவீனத்துவம் பிடிபடும் சிறு இடம் இது.

கவிதை பற்றிய கவிதையோ, காதல் கவிதையோ, பிரகடனமோ அற்ற இச்சிறு தொகுப்பு புறஉலகின் நடப்புக்கள் மீது விரிவான கவனம் கொள்கிறது.

இந்திய –சீன யுத்தத்தின் மீது எதிர்வினையாக "பகைத்தொழில்" கவிதையுள்ளது. போர் பற்றிய ஆழ்ந்த விகாரமும், புறஉலகின் நடப்புகளால் நம்பிக்கைகளால் சிதைந்து சோகமும் நாற்புறமும் கவிழ்வதை குறிப்பிடுவது இக்கவிதை.

பகைத் தொழில்

கிழிபடுபோர், கொலை, தண்டம்
பின்னியே கிடக்கும் அரசியலதனில்
கொலைவழி உதறி அறவழியாலே'
கதிகாண வழிவகை காட்டிக் கிழக்கே
பகைத்தொழில் மறக்கவைத்த முதல்வன்
ஒத்துழையாமையான் காலமும் போச்சு;

அழிசெய் நியூகிளியர் ஆயுதம்
ஓங்கியே சீறிடும் 'ரட்சகர்' கையில்
அருள்வழி சிதற, மறவழி பற்றி
கதிகலங்கச் சதிவகைகள் செய்து
கொடுந்தொழில் பரவச் செய்யும் மேற்கே
ஒத்துப்போகார் காலமும் ஆச்சு;

என்று நாம் கணித்திருக்கும் வேளை
அண்டை நட்பும் சகவாழ்வும் கானல் நீராச்சு;
வரம்கொடுத்த தலைமேலே கைவைக்க எல்லையில்
முழுவடிவைத் தின்ன வந்த பிறைவடிவோன்.
பாய் பாய் குளிரப்பேசி
பழமை பாசம் பேசி
பசப்பி விளிம்பில் இமயப்பாய் சுருட்ட வந்தோன்,
சுயாட்சிக்குத் தந்த ஆதரவு மறந்து
நடுக்கடலில் நின்று ஊளையிடும்
நம்பெயர் பாதிகொண்ட உதிரித்தீவோன்,
முக்கூட்டாய்ச் சேர்ந்து பகைத்தொழில் வளர்க்க
புறப்பட்ட கதையே இன்றைய நிஜமாச்சு.

உழக்கிலே கிழக்கு மேற்கா?
கிழக்கிலும் மேற்கு, மேற்கிலும் கிழக்கு
பகைத தொழிலுக்கா காலம்?

நட்போடு உறவாடி வீழ்த்தும் பகை ஒன்றை அடையாளம் காட்டும் கவிதை இது. இன்றைய படிப்பினைகளாக நாம் காணும் 'இந்திய – பாகிஸ்தான்', 'ஆப்கான் – அமெரிக்கா' 'ஈராக் – அமெரிக்கா' யுத்தங்கள் அடையாளப்படுத்தும் ஒன்றிலிருந்து 'பகைத்தொழில்' வேறில்லை. ஆனால் இதே தொனியில் அணுகப்பட்ட 'இரணியம் பிறப்பதோ' கவிதை பல வகைகளில் வலுவிழந்து இருக்கிறது. தனிமனித சுதந்திரம் நாட்டுக்கு நாடு திருத்தம் கொள்ளும் நடைமுறை பற்றி அக்கறை எழுப்பிய, விசாரம் கொண்ட கருத்துத் தளத்தில் விரிவு கொள்ளும் ஒன்றாய் 'பகைத் தொழில்' உள்ளது.

"மாற்று இதயம்" – அளவில் நீண்ட கவிதைதான். கவிதைத் தளத்தில் சிறப்பானது. சி. சு. செல்லப்பாவை நினைவுபடுத்துவது. தனக்கான ஒரு ஒழுங்குடன் உள்ள இக்கவிதை பகடியின் ஊடே சுயம் காட்டல் அமைந்தது. அறிவியல் வளர்ச்சி பற்றி கருத்தோட்டம் இடம் பெற்றது. வித்தியாசமான சிந்தனையை நேரடியாக வெளிப் படுத்துவது.

மாற்று இதயம்

மாற்று இதயம் வேண்டும் எனக்கு
யாரிடம் இருந்து கிடைக்கும் எனக்கு?
என் இதயம் எனக்கு அலுத்துப் போச்சு;
அது உணர்ச்சி மரத்துப் போச்சு;
மாற்று இதயம் வேண்டும் எனக்கு
யாரிடம் இருந்து கிடைக்கும் எனக்கு?

ஓ, அவசரப்பட்டு என்னை மொய்க்காதீர்கள்;
என் தேவையை தெரிந்துகொள்ளுங்கள்.
உங்கள் தியாகத்தை நான் போற்றுவேன்,
நீங்கள் கழித்துக் கட்டும் பொருளை இல்லை.
என் இதயத்துக்கு ஒரு சரித்திரம் உண்டு,
உங்களுக்கு அது தெரியுமோ தெரியாதோ?
அது பசிக்கு அழுதது; வலிக்கு முனகியது;
காதலுக்கு ஏங்கியது; பொருளுக்குத் தவித்தது;
உணர்ச்சிக்குத் துடித்தது; அறிவுக்குப் பறந்தது;
புரட்சிக்குச் சீறியது; அமைதிக்கு விழைந்தது;
புதுமைக்கு எம்பியது; பழமைக்கு உருகியது.
இப்படிப் பட்டியல் அடுக்கினால்
போர் அடிக்கும் உங்களுக்கு.

எனக்கே போர் அடித்துப் போச்சே,
அதனால் தான் மாற்று இதயம் கேட்கிறேன்.
இந்த டாக்டரிடமும் தகவல் கொடுங்கள்,
அவர் என்னிடம் தொடர்புகொள்வார்;
ஆனால் நினைவிருக்கட்டும் என் தேவைகள்!

அரசியல்வாதியின் இதயம் வேண்டாம் எனக்கு
அதுதான் இப்போ ரொம்ப மலிவாக இருக்கு;
மதவாதியின் இதயம் வேண்டாம் எனக்கு;
அதுதான் இப்போ மரத்துப் போய்க் கிடக்கு;
விஞ்ஞானியின் இதயம் வேண்டாம் எனக்கு;
அதன் சிறப்பான பணி அழிவுக்கு;
இப்படிப் பட்டியல் அடுக்கினால்
போர் அடிக்கும் உங்களுக்கு.

த. பார்த்திபன்

எனக்கே போர் அடித்துப் போச்சே
அதனால்தான்
அவை இல்லாத இதயம் கேட்கிறேன்.
‘ஒரு ரிஷியின் இதயமே உனக்குப் பொருந்தும்’
என்று பரிகசிக்காதீர்கள் என்னை;
நான் சீரியஸாகவே சொல்கிறேன்,
நான் உங்களோடு உறவாட விரும்புகிறேன்,
ஆனால் ஒரு புது உறவில்;
அதுக்குத்தான் வேண்டும் புது இதயம்.
என்னிடம் உள்ளது நாள்பட்ட சரக்கு,
இகத்துக்குப் பயன்படாத சரக்கு,
பரத்துக்கு வழி சொல்லத் தெரியாத சரக்கு,
வாழத் தெரியாத சரக்கு,
சாகத் துணியாத சரக்கு,
அதனால்தான் மாற்று இதயம் கேட்கிறேன்.
ஆனால் நினைவிருக்கட்டும் என் தேவைகள்!

ஒரு குழந்தை இதயம் வேண்டாம் எனக்கு
அதுக்கு [illegible] தெரியாது;

ஒரு வாலிபன் இதயம் வேண்டாம் எனக்கு
அதுக்கு நிதானம் தெரியாது;
ஒரு நடு வயது இதயம் வேண்டாம் எனக்கு
அதுக்கு எதிலும் சந்தேகம்;
ஒரு கிழட்டு இதயம் வேண்டாம் எனக்கு
அது கூறுகெட்டிருக்கும்.

என் தேவையை உங்களுக்குச் சொல்லிவிட்டேன்
ஓ, தேவை இல்லாததை மட்டும் சொல்லிவிட்டேனா?
ஓ, மன்னிக்கவும், நான் எதிர்மறை விமர்சகன் –
உடன்பாடான பார்வை எனக்கு இல்லையாம்
இந்த உடன்பாடும் எதிர்மறையும் –
எதுக்கு எது உடன்பாடு?
எதுக்கு எது எதிர்மறை?

2

ஓ, டாக்டர்! சமீபத்தில் இதயம் மாற்றினீர்களே,
வெற்றிகரமான ஆபரேஷனாமே, சொல்கிறார்களே,
ரத்தத்தில் பாசிடிவ் நெகடிவ் கண்டுபிடிப்பீர்களே,
மூல இதயத்துக்கும்
மாற்று இதயத்துக்கும்
என்ன வித்யாசம் அறிந்தீர்கள் நீங்கள்?

அவன் பழய இதயத்தில் இருந்தது என்ன?
அதோடு போனது என்ன?
மாற்று இதயத்தில் இருந்தது என்ன?
அவனுக்குள் நுழைந்தது என்ன?

அவன் மனிதனாக நடமாடுவான் என்கிறீர்கள்,
இல்லையானால் பிணமாகி இருப்பான் என்கிறீர்கள்.
ஆமாம்; அவன் மனிதனாக நடமாடுவான்,
அதே மனிதனாகவா?
இவனுக்குத் தன் இதயத்தைக் கொடுத்தானே
அவன் இதயத்தில் இருந்ததை எல்லாம்
இவனுக்குள் அடைத்து மூடிவிட்டபின்
இவன் நடமாடுவான்; அதே மனிதனாகவா?

ஓ, டாக்டர், நீங்கள் செய்தது பெரிய தவறு,
நான் சொல்கிறேன் – அது ஒரு பாதகம் என்று.
பழுத்த இதயம் அழுகி விழுந்த அவனுக்கு
சாவு இனிப்பை அளித்திருக்குமே;
காயாக விழுந்தவன் புது இதயம்
புளிப்பையே தொடர்ந்து தருமே.
புளிப்பும் திதிப்பும் இருவகை ருசி ஆனாலும்
புளிப்பு வேறு, திதிப்பு வேறு.
புளித்த வாழ்வைத் தொடரவா
அவனுக்கு மாற்று இதயம்?

ஓ, டாக்டர், எனக்குப் புரிகிறது இப்போது.
உடன்பாடும் எதிர்மறையும்,
புளிப்பும் திதிப்பும் . . .
இத்யாதி – இல்லாத –

ஓ, டாக்டர், மாற்று இதயம் வேண்டும் எனக்கு.
சொல்லுங்கள் தயவுசெய்து
யாரிடமிருந்து கிடைக்கும் எனக்கு?

பின் குறிப்பு

ஓ, டாக்டர்! மன்னிக்கவும்.
மாற்று இதயம் வேண்டாம் எனக்கு.
எவன் உணர்ச்சியும் தேவையில்லை எனக்கு.
என் இதயம் பாடம் கற்றிருக்கு.
அது தன்வழியே போய் ஒடுங்கட்டும்.
ஓ, டாக்டர், உங்களுக்குத் தொந்திரவு தந்தேனோ
மன்னிக்கவும்!

சி.சு. செல்லப்பா கவிதைப் பங்களிப்புச் சாதனை கணிசமாய் குறைத்து அடையாளமிடப்படுவது இவரது ஒளிரும் பிரமாண்டத்தினூடே ஓர் ஒச்சமாய் ஓடுகிறது. ஒச்சம் கவிதைப் பங்களிப்பில் மட்டுமே என்று கவனமாய் அறிந்து நினைவுகொள்ள வேண்டியது. இவரது பிறதுறைப் பங்களிப்புகள் யாருக்கும் எப்போதும் பிரமாண்டத்தை எழுப்பிக்கொண்டே இருக்கும்.

குறிப்புகள்:

[1] சி. சு. செல்லப்பா கவிதை நூல்கள்:

அ) மாற்று இதயம் – எழுத்துப் பிரசுரம். மே 1974

ஆ) இன்று நீ இருந்தால் – எழுத்துப் பிரசுரம். ஜூன் 1974

[2] மேற்கோள் நூல்/ இதழ்/ மேற்கோள்

அ) புதுக்கவிதையின் தோற்றமும் வளர்ச்சியும் – வல்லிக்கண்ணன்.
அன்னம்/ மூன்றாம் பதிப்பு – ஆகஸ்டு 1992/ ப.167

ஆ) சி. சு. செல்லப்பாவும் 'எழுத்து'-ம் – கட்டுரை – ராஜமார்த்தாண்டன்
கணையாழி – அக் 1999 – ப. 24

[3] புழக்கம் குறைவு காரணமாக மேற்கோள் கவிதைகளை வசதி, அவசியம் கருதி முழுமையாகக் கொடுத்திருக்கிறேன்.

❖

கட்டுரையாசிரியர் குறிப்பு

கி. அ. சச்சிதானந்தம் (1936)

வணிகவியலில் இளநிலைப்பட்டமும் முதுகலைப் பட்டமும் பெற்றவர். அம்மாவின் அத்தை, உயிரியக்கம் முதலிய சிறுகதைத் தொகுதிகளை வெளியிட்டுள்ளார். 'கோடாவிற்காகக் காத்திருத்தல்' எனும் சாமுவேல் பெக்கட்டின் நாடகத்தைத் தமிழில் மொழிபெயர்த்துள்ளார். தத்துவம், சிற்பம், ஓவியம், நாட்டுப்புறக் கதைகள் ஆகியவற்றில் ஆர்வம் உள்ளவர்.

தேவிபாரதி (1957)

எண்பதுகளில் முற்போக்கு இலக்கிய இதழ்களில் எழுதத் துவங்கியவர். மார்க்சிய இயக்கங்களிலும் மார்க்சிய லெனினிய இயக்கங்களிலும் தீவிரமாகச் செயல்பட்டவர். இவரது சிறுகதைகள், கவிதைகள் மற்றும் கட்டுரைகள் தாமரை, சிகரம், ஞானரதம், தீபம், அன்னம் விடு தூது, மனஓசை, நிகழ், சுபமங்களா, இந்தியா டுடே, காலச்சுவடு ஆகிய இதழ்களில் வெளிவந்துள்ளன. இவரது சிறுகதைத் தொகுப்பு 'பலி' (1993) பரவலான கவனத்தைப் பெற்றது. கவிதைத் தொகுப்பு 'கண்விழித்த மறுநாள்' (1994). 1994ஆம் ஆண்டு சங்கீத நாடக அகாடமி நடத்திய இளம் நாடக ஆசிரியர்களுக்கான பயிற்சிப் பட்டறையில் சிறந்த இரண்டு நாடகப் பிரதிகளில் ஒன்றாக இவரது 'மூன்றாவது விலா எலும்பும் விழுதுகளற்ற ஆலமரமும்' தேர்ந்தெடுக்கப்பட்டுத் தயாரிக்கப்பட்டது. இது 1996இல் நூலாக வெளிவந்தது. தேவிபாரதிக்குத் திரைப்படத் துறையிலும் ஈடுபாடு உண்டு.

க. வை. பழனிசாமி (1951)

சேலத்தைச் சேர்ந்த இவர், வங்கியொன்றில் பணியாற்றுகின்றார். 'இடமாற்றம்' என்னும் சிறுகதைத் தொகுப்பும் 'மீண்டும் ஆதியாகி' நாவலும் இவரது புனைகதைப் பங்களிப்புகள். எட்டுக் கவிதைத் தொகுதிகள் வெளிவந்துள்ளன. 2003 இல் வெளியான 'உடலோடும் உயிர்' கவிதைத் தொகுப்பு கவனம் பெற்ற முக்கியமான நூல். குழந்தை இலக்கியம், ஆங்கில மொழியாக்கம் என விரிபவை இவரது முயற்சிகள். சேலம் தமிழ்ச் சங்கச் செயலர் பொறுப்பிலும் உள்ளார்.

த. பார்த்திபன் (1963)

தருமபுரிக்காரர். 'மீட்சி' புத்தக வெளியீடுகளில் பங்காற்றியவர். 'விமலன் புக்ஸ்' மூலமாகச் சுகுமாரன், வண்ணதாசன் ஆகியோரின் நூல்கள் சிலவற்றை வெளியிட்டுள்ளார். கவிதை குறித்த கட்டுரைகள் எழுதுவதில் ஈடுபாடு உள்ளவர். செல்வி, சிவரமணி, யூமா. வாசுகி, நட்சத்திரன் செவ்விந்தியன், இளவாலை விஜயேந்திரன் ஆகியோரின் கவிதைகள் குறித்த கட்டுரைகள் இதழ்களில் வெளிவந்துள்ளன. சில புத்தக மதிப்புரைகளும் எழுதியுள்ளார்.

பாவண்ணன் (1958)

இயற்பெயர் பாஸ்கரன். கன்னடம், இந்தி ஆகிய மொழிகளை அறிந்த இவர் கணிதத்தில் இளநிலைப் பட்டமும் தமிழில் முதுகலைப்பட்டமும் பெற்றவர்.

பாரத் சஞ்சார் நிகம் உட்கோட்ட அதிகாரியாகப் பணியாற்றுகிறார். ஒன்பது சிறுகதைத் தொகுதிகள், மூன்று நாவல்கள், இரு குறுநாவல்கள், ஒரு கவிதைத் தொகுதி ஆகியவை வெளிவந்துள்ளன. கன்னடத்திலிருந்து நான்கு நாடகங்கள், மூன்று நாவல்கள், இரண்டு தலித் சுயசரிதைகள், ஒரு சிறுகதைத் தொகுதி, ஒரு நாட்டுப்புறக் கதைத் தொகுதி ஆகியவற்றைத் தமிழாக்கம் செய்துள்ளார்.

க. மோகனரங்கன் (1967)

பள்ளி ஆசிரியராகப் பணிபுரியும் இவர், கவிதை, விமர்சனம், சிறுகதை ஆகியவற்றில் ஈடுபாடு உள்ளவர். 'நெடுவழித் தனிமை' என்னும் கவிதைத் தொகுப்பு வெளியாகி உள்ளது. அதற்குத் 'தேவமகள் இலக்கிய விருது' பெற்றுள்ளார். விமர்சனக் கட்டுரைத் தொகுப்பு ஒன்று வெளியாக உள்ளது.

வெங்கட் சாமிநாதன்

'எழுத்து' இதழில் விமர்சனக் கட்டுரைகள் எழுதத் தொடங்கியவர். தமிழின் மிக முக்கியமான விமர்சகர். பாலையும் வாழையும், அன்றைய வறட்சியிலிருந்து இன்றைய முயற்சிவரை, அனுபவம் வெளிப்பாடு, இலக்கிய ஊழல்கள், ஓர் எதிர்ப்புக் குரல், பாவைக்கூத்து, அக்கிரகாரத்தில் கழுதை உள்ளிட்ட பல நூல்கள் வெளியாகி உள்ளன. கனடாவிலிருந்து வழங்கப்படும் 'இயல்' விருதைச் சமீபத்தில் பெற்றவர்.

❖

சி. சு. செல்லப்பா படைப்புகள்		
1. சரசாவின் பொம்மை	சிறுகதை	கலைமகள் வெளியீடு
2. மணல் வீடு	,,	ஜோதி நிலையம் வெளியீடு
3. வாடிவாசல்	குறுநாவல்	எழுத்து பிரசுரம்
4. சத்யாக்ரகி	சிறுகதை	,,
5. அறுபது	,,	,,
6. சி. சு. செல்லப்பா சிறுகதைகள்	7 தொகுதிகள்	,,
7. கைதியின் கர்வம்	சிறுகதை	,,
8. செய்த கணக்கு	,,	,,
9. பந்தயம்	,,	,,
10. ஒரு பழம்	,,	,,
11. நீர்க்குமிழி	,,	,,
12. பழக்கவாசனை	,,	,,
13. ஜீவனாம்சம்	நாவல்	,,
14. மாற்று இதயம்	கவிதை	,,
15. நீ இன்று இருந்தால்	,,	,,
16. தமிழில் சிறுகதை பிறக்கிறது	கட்டுரை	,,
17. தமிழில் சிறுகதை முன்னோடிகள்	,,	,,
18. இலக்கிய விமர்சனம்	,,	,,
19. படைப்பிலக்கியம்	,,	,,
20. காற்று உள்ளபோதே	,,	,,
21. ஏரிக்கரை	,,	,,
22. குறித்த நேரத்தில்	,,	,,
23. எல்லாம் தெரியும்	,,	,,
24. ஊதுபத்திப்புல்	கட்டுரை (ந. பிச்சமூர்த்தி கவிதைகள் பற்றியது)	எழுத்து பிரசுரம்
25. மாயத்தச்சன்	கட்டுரை	,,
26. எனது சிறுகதைப்பாணி	,,	,,
27. முறைப்பெண்	நாடகம்	,,
28. சுதந்திரதாகம் - 3 பாகங்கள்	நாவல்	,,
29. பி. எஸ். ராமையாவின் சிறுகதைப் பாணி	கட்டுரை	,,

நன்றி : 'எழுத்து சி.சு. செல்லப்பா' (2001) – (தொ) வல்லிக்கண்ணன்